वॉरेन बफे

यांची

मॅनेजमेंट सीक्रेट्स

वॉरेन बफे
यांची
मॅनेजमेंट सीक्रेट्स

वैयक्तिक आणि व्यावसायिक यशासाठी
सिद्ध झालेल्या पद्धती

मेरी बफे आणि **डेव्हिड क्लार्क**

अनुवाद : रमाकांत दाणी

MANJUL
मंजुल पब्लिशिंग हाउस

First published in India by

MANJUL

Manjul Publishing House

Corporate and Editorial Office
•2nd Floor, Usha Preet Complex, 42 Malviya Nagar,
Bhopal 462 003 – India

Sales and Marketing Office
•C-16, Sector 3, Noida, Uttar Pradesh 201301, India
Website: www.manjulindia.com

Distribution Centres
Ahmedabad, Bengaluru, Bhopal, Kolkata, Chennai,
Hyderabad, Mumbai, New Delhi, Pune

Marathi translation of *Warren Buffett's Management Secrets*
by *Mary Buffett & David Clark*

Published by arrangement with the original publisher, Scribner,
a Division of Simon & Schuster, Inc.

Marathi edition first published in 2023
by Manjul Publishing House Pvt. Ltd.

ISBN: 978-93-5543-275-9

Marathi translation: Ramakant Dani

Printed and bound in India by Parksons Graphics Private Limited.

सॅम आणि डेक्स्टर यांना...

अनुक्रमणिका

तिसरी पायरी

कामासाठी योग्य व्यवस्थापकाचा शोध

चौथी पायरी

आपल्या कर्मचाऱ्यांना प्रेरित करा

पाचवी पायरी

संभाव्य व्यवस्थापकीय धोके, आव्हाने आणि शिकण्याच्या संधी

प्रस्तावना

वॉरेन बफेचं गुंतवणूक क्षेत्रातील जीवन आणि त्याच्या गुंतवणुकीच्या पद्धतींबद्दल बरंच काही लिहिलं गेलंय. त्यानं आजवर केलेल्या प्रत्येकच गुंतवणुकीचं स्वतंत्रपणे अत्यंत बारकाईनं विश्लेषण केलं गेलंय. वॉरेनच्या गुंतवणूक पद्धतींवर डेव्हिड आणि मी लिहिलेली *बफेटोलॉजी, द बफेटोलॉजी बर्कबुक, द न्यू बफेटोलॉजी, द ताओ ऑफ वॉरेन बफे आणि वॉरेन बफे अँड द इंटरप्रिटेशन ऑफ फायनान्शियल स्टेटमेंट्स* आदी सर्व पुस्तकं 'आंतरराष्ट्रीय बेस्टसेलर' ठरलेली आहेत.

पण वॉरेन बफे साहित्यात एका पुस्तकाची उणीव भासत होती. ती म्हणजे वॉरेननं त्याच्या आयुष्यचं, त्याच्या व्यवसायाचं आणि बर्कशायर हॅथवेचे जगभरातील २ लाख ३३ हजार कर्मचारी सांभाळणाऱ्या लोकांचं व्यवस्थापन कसं काय साधलं, यावर साधकबाधक चर्चा घडवून आणणारं एखादं पुस्तक. वॉरेन हा असामान्य प्रतिभेचा गुंतवणूकदार तर आहेच, शिवाय तो असामान्य व्यवस्थापकदेखील आहे. विविध कंपन्यांचे तब्बल ८८ 'सीईओ' त्याला प्रत्यक्ष वा अप्रत्यक्षपणे 'रिपोर्ट' करीत असतात. आधुनिक व्यवसायात एखाद्या व्यक्तीनं इतक्या वैविध्यपूर्ण व्यवसायांमधील प्रतिभावान व्यवस्थापकांच्या समूहाचं नियंत्रण करून इतके नेत्रदीपक परिणाम साधल्याचं उदाहरण नाही.

अनेकार्थानं बफेच्या व्यवस्थापकीय विक्रमानं त्याच्या बर्कशायर हॅथवेतील विस्मयकारी गुंतवणुकीच्या विक्रमालाही मागे टाकलंय. १९७९मध्ये बर्कशायर हॅथवेचं निव्वळ वार्षिक उत्पन्न १८ डॉलर्स प्रति शेअर असताना २००७पर्यंत ते ४,०९३ डॉलर्स प्रति शेअर इतकं वाढलं होतं. ही वाढ २१.३९ टक्के चक्रवाढीच्या वार्षिक दराप्रमाणं आहे. या नोंदी वॉरेनचं आणि त्याच्या व्यवस्थापकांचं व्यवस्थापन अतिशय उत्तम असल्याच्या निदर्शक

आहेत. (तुलनेनं याच कालावधीत *बर्कशायरच्या गुंतवणूक पोर्टफोलिओत* १९.७८ टक्क्यांच्या वार्षिक चक्रवाढीच्या दरानं वाढ झाली. याचाच अर्थ व्यवस्थापक वॉरेन हा स्वतःमधील गुंतवणूकदारापेक्षा सरस ठरला, असा युक्तिवाद आपल्याला करता येईल.)

वॉरेन बफेच्या संदर्भातील सर्वच बाबी वाचकांसमोर मांडण्याच्या प्रयत्नांचा भाग म्हणून वॉरेनच्या व्यवस्थापन पद्धतींचं सखोल विश्लेषण करणारं हे आजवरचं पहिलंच पुस्तक आहे. या पद्धती काय आहेत, त्या कशा काम करतात आणि आपण त्यांचा वापर कशा पद्धतीनं करू शकतो, यावर त्यात प्रकाश टाकला गेलाय. वॉरेनच्या जीवनावर डेल कार्नेगीचा कसा प्रभाव होता आणि वर्तमानातील 'मास्टर मॅनेजर' म्हणून वॉरेनचं रूपांतर होण्यात कार्नेगीच्या शिकवणीची कशी मदत झाली, याची आम्ही येथे चर्चा केलीय.

पुस्तक वाचायला सोपे होण्याच्या दृष्टीनं आम्ही प्रकरणे छोटी ठेवण्याचा प्रयत्न केला आहे. वॉरेनच्या पद्धती अतिशय साध्या व समजायला सोप्या आहेत; परंतु त्या अत्यंत प्रभावी आहेत, हे आपल्या लक्षात येईल. भविष्यातील अनेक पिढ्या वॉरेनच्या प्रबुद्ध व्यवस्थापन पद्धतींचा उपयोग करून घेतील आणि सर्वच वयोगटांतील लोकांची स्वप्नं तसंच ध्येयं पूर्ण करण्याच्या दिशेनं त्या प्रेरित आणि प्रोत्साहित करतील, अशी आम्हाला आशा आहे.

मेरी बफे आणि डेव्हिड क्लार्क

१ जुलै २००९

सिंहावलोकन :
वॉरेन बफे यांची मॅनेजमेंट सीक्रेट्स

एकेकाळी वॉरेन बफे नावाचा काहीसा लाजाळू तरुण होता. वयाच्या विसाव्या वर्षी लोकांपुढे उभे राहून बोलताना त्याचा थरकाप उडत असते; पण त्यानंतर त्याला डेल कार्नेगीच्या पब्लिक स्पिकिंग अभ्यासक्रमाची माहिती मिळाली आणि त्यातून त्याचं आयुष्यच बदलून गेलं. त्या अभ्यासक्रमातून वॉरेनने लोकांपुढे बोलण्याचं धाडस आणि कौशल्यच विकसित केलं नाही, तर मित्र बनविण्याची, लोकांना प्रोत्साहित करण्याची कलाही त्यानं आत्मसात केली. कार्नेगीप्रणित शिक्षण आपलं आयुष्य बदलून टाकणारं सर्वांत महत्त्वाचं मार्गदर्शन असल्याचं वॉरेनला वाटतं.

लोकांसमोर अगदी सहजतेने बोलता येऊ लागल्यावर वॉरेन डेलच्या तत्त्वज्ञानाचा भक्तच बनला. *हाउ टू विन फ्रेंड्स अँड इनफ्युएन्स पिपल* हे कार्नेगीचं पुस्तक त्यानं पुन्हा पुन्हा वाचलं. त्यातील परिच्छेद अधोरेखित करून ते स्मरणात ठेवले.

लोकव्यवहाराच्या दृष्टीनं ते पुस्तक त्याचं बायबल आणि त्याच्या व्यवस्थापन तत्त्वज्ञानाच्या आधारशीलांपैकी एक ठरलं.

तो यशस्वी होता का?

जगातील आघाडीची विमानचालक प्रशिक्षण कंपनी फ्लाइटसेफ्टी इंटरनॅशनल इन्कार्पोरेशनचा संस्थापक आणि चेअरमन ए. एल. यूएल्टस्की हा लेखक रॉबर्ट पी. माईल्स यांच्याशी संवाद साधताना त्याचा वरिष्ठ वॉरेनबद्दल सांगतो : 'एका उत्तम व्यवस्थापकाकडे नेतृत्वक्षमता (Leadership) आवश्यक असते.' उत्तम व्यवस्थापकामध्ये आवश्यक असलेली गुणवैशिष्ट्यं 'Leadership' या शब्दातील अक्षरांमधूनच स्पष्ट होतात :

L - loyalty (निष्ठा),
E - enthusiasm (उत्साह),
A - attitude (वृत्ती),
D- discipline (शिस्त),
E - example (आपल्याला चांगलं उदाहरण घालून द्यावं लागतं),
R - respect (आदर),
S - scholarliness (विद्वत्तापूर्ण),
H - honesty (प्रामाणिकपणा),
I - integrity (सचोटी),
P - pride (अभिमान बाळगणे).

'मला वॉरेन बफेमधील सर्वाधिक आवडणारी गोष्ट म्हणजे त्याच्यामध्ये हे सर्व गुण आहेत.'

वॉरेनमधील नेतृत्वगुण लक्षात घेताना त्यानं आत्मसात केलेल्या ज्ञानाच्या आधारे यशस्वी व्यवस्थापनाचं सूत्र कशा पद्धतीनं साकारलं, हेदेखील जाणून घेऊ या. या सूत्राचा अवलंब करून तो केवळ इतर व्यवस्थापकांसाठी अनुकरणीय असा सर्वोत्तम व्यवस्थापकच ठरला नाही, तर जगातील दुसऱ्या क्रमाकांचा श्रीमंत व्यक्तीदेखील ठरला.

हे समजायला सोपं होण्यासाठी आम्ही वॉरेनचं व्यवस्थापन तत्त्वज्ञान पुढील पाच विभागांमध्ये अथवा पायऱ्यांमध्ये विभाजित केलं आहे. यापैकी प्रत्येकच पायरी परस्परांशी सांधली गेली आहे आणि त्यातून व्यवस्थापन कौशल्याचा एक परिपूर्ण संयोग झाला आहे.

१. योग्य व्यवसाय किंवा कंपनी निवडा

सर्वच व्यवसायांची निर्मिती सारखी नसल्याचं वॉरेनला आढळून आलं. यशाच्या दिशेनं पहिली पायरी म्हणजे योग्य स्वरूपाचं अर्थकारण लाभलेला व्यवसाय मिळवून त्याचं व्यवस्थापन करणं अथवा त्या व्यवसायासाठी काम करणं. आपण मालक, व्यवस्थापक किंवा कर्मचारी यांपैकी काहीही असलो तरी या खेळात या पद्धतीनं पुढे जाता येईल.

२. अधिकार सोपवा

दुसरी पायरी म्हणजे वॉरेनचा अधिकार सोपविण्याबाबतचा विलक्षण असा दृष्टिकोन. या माध्यमातूनच त्यानं बर्कशायर हॅथवेसारख्या छोट्या आणि अपयशी टेक्सटाईल कंपनीचं रूपांतर एका महाकाय मल्टिनॅशनल कॉर्पोरेशनमध्ये केलंय.

३. योग्य गुणवत्तेच्या व्यवस्थापकांचा शोध घ्या

एखाद्या सर्वोत्तम व्यवसायाच्या व्यवस्थापनासाठी आवश्यक असलेली गुणवत्ता माहीत करून घेणं, ही यातील तिसरी पायरी आहे. येथे वॉरेनला व्यवसायाबद्दल सचोटी, बुद्धिमत्ता आणि कामाप्रतीची उत्कटता अपेक्षित आहे. यशस्वी व्यवस्थापक होण्यासाठी स्वतःमध्ये हेच गुण जोपासण्याची आवश्यकता असते.

४. कर्मचाऱ्यांना प्रोत्साहन द्या

सर्वोत्तम व्यवसायाची निवड आणि त्यासाठी योग्य व्यवस्थापकांची नियुक्ती केल्यावर व्यवसाय, व्यवस्थापक आणि कर्मचाऱ्यांची उत्पादकता शक्य तेवढी वाढविण्यासाठी व्यवस्थापकांना प्रेरित करण्याचं काम वॉरेनकडे असतं. कार्नेगीच्या पद्धती आत्मसात करून वॉरेननं त्यांचा कशा प्रकारे विस्तार केला, हे येथे अभ्यासणं गरजेचं आहे.

एखादी गोष्ट साध्य करण्याच्या दृष्टीनं इतरांना प्रेरित करण्याचं सर्वोत्तम कौशल्य व्यवस्थापकात असायलाच हवं. वॉरेननं स्वतःमध्ये विकसित केलेल्या प्रेरणादायी कौशल्यांमुळे स्फूर्ती मिळालेल्या व्यवस्थापकांनी एका पाठोपाठ एक अशा व्यवसायांमध्ये मोठी प्रगती साधली, त्यामुळे बर्कशायर हॅथवेचं रूपांतर आजच्या १५० अब्ज डॉलर्स बाजार भांडवल (market cap) असलेल्या कंपनीत होण्यास मोठी मदत झाली.

५. विविध समस्यांवरील व्यवस्थापकीय सिद्धान्त

गुंतवणुकीतील कर्जाऊ भांडवलाच्या व्यवस्थापनासह अप्रमाणिक कर्मचाऱ्यांची हाताळणी, खर्चावरील नियंत्रण अशा सर्वच गोष्टींसाठी वॉरेनचे विशिष्ट असे व्यवस्थापकीय सिद्धान्त आहेत. आपल्या दैनंदिन जीवनाचं व्यवस्थापन करण्यास मदत होण्याच्या दृष्टीनं या पुस्तकाच्या शेवटच्या टप्प्यात आपण वॉरेनच्या चिंतनावर (Warrenisms) चर्चा करणार आहोत. व्यवसायातील आणि जीवनातील यश सहसा एकमेकांशी निगडित असतं आणि त्यासाठी वॉरेनचं मार्गदर्शन आपली जीवन व्यवस्थापन कौशल्यं विकसित करण्यास साह्यभूत ठरू शकतं.

तेव्हा आता आपण वॉरेनच्या व्यवस्थापन रहस्यांकडे (मॅनेजमेंट सीक्रेट्स) वळू या...

वॉरेन बफे यांची मॅनेजमेंट सीक्रेट्स

पहिली पायरी

काम करण्यासाठी योग्य व्यवसाय किंवा कंपनी निवडा

काम करण्यासाठी योग्य व्यवसायाच्या निवडीतून यशस्वी आणि उच्च वेतनाचं करिअर घडवता येतं, अन्यथा आपलं जीवन काबाडकष्टात जाऊ शकतं. दीर्घकालीन यशस्वी गुंतवणुकीत आणि कुठलीही कमाई न साधणाऱ्या गुंतवणुकीत हाच काय तो फरक आहे. काही विशिष्ट कंपन्यांचं अर्थकारण इतकं उत्तम असतं की, एखादा वाईट व्यवस्थापकदेखील त्यात शोभून दिसतो, असं वॉरेनला आढळून आलं. अगदी अशाच प्रकारचे व्यवसाय त्याला मालकीचे करायचे असतात आणि अशाच प्रकारच्या कंपन्यामध्ये आपण काम करायला हवं. असे अप्रतिम व्यवसाय ओळखण्यात मदत व्हावी, यासाठी वॉरेननं त्यांची काही वैशिष्ट्ये शोधून काढली आहेत. येथून आपण सुरुवात करू या.

१

करिअरच्या सर्वोत्तम संधी असणारी कंपनी कशी शोधावी?

'वाढीसाठी भरपूर प्रमाणात भांडवलाची गरज असणारा व्यवसाय आणि वाढीसाठी भांडवलाची गरज नसणारा व्यवसाय यांमध्ये फार मोठा फरक आहे.'

– वॉरेन बफे

दीर्घकालीन गुंतवणूकदार आणि व्यवसायाचा व्यवस्थापक म्हणून वॉरेनला लाभलेलं यश समजून घेण्याची ही गुरूकिल्ली आहे. सर्वोत्तम अर्थकारण लाभलेल्या व्यवसायांना त्यांच्या कमाईच्या तुलनेनं बरेच कमी भांडवल लागतं. त्यामागील कारण म्हणजे ते सहसा 'ब्रँड नेम' असलेल्या उत्पादनांची निर्मिती करीत असतात आणि ते कधीही बदलत नाही. ते महत्त्वाच्या सेवा पुरवित असल्यानं त्यांना अधिक किमती आकारण्याची मुभा राहते व त्यामुळे नफ्याची 'मार्जीन'ही चांगली राहते.

'ब्रँड नेम' उत्पादने कधीही बदलाची लागत नसल्याने कंपनीला संशोधन आणि विकास यांवर मोठी रक्कम खर्च करावी लागत नाही. त्याचप्रमाणे 'डिझाईन'मधील बदलांमुळे प्लांट आणि उपकरणांमध्ये सातत्याने कुठलेही बदल करावे लागत नाहीत, त्यामुळे तोच प्लांट आणि उपकरणे खराब होईपर्यंत वर्षानुवर्षं वापरता येतात. यातून वाचणाऱ्या पैशाचा वापर कंपनीवर

अतिरिक्त कर्ज किंवा नव्या शेअर्सच्या विक्रीचा आर्थिक भार निर्माण होऊ न देता व्यवसायाच्या विस्तारासाठी करता येतो. विस्तारासाठी लागणारे भांडवल अंतर्गत स्वरूपातच उभारता येते. यामुळे अशा सर्वोत्तम कंपन्यांच्या व्यवस्थापकांचं कर्तृत्व झळकण्यास मोठी मदत मिळते.

उदाहरणच घ्यायचे झाल्यास कोका-कोलासारख्या कंपनीला स्पर्धेत आघाडीवर राहताना, त्यांच्या उत्पादनाच्या 'रि-डिझायनिंगसाठी' किंवा प्लांटमधील यंत्रसामग्रीतील फेरबदलांसाठी कधीही अब्जावधी डॉलर्स खर्च करावे लागत नाहीत, त्यामुळे इतर कंपन्यांची खरेदी आणि व्यवस्थापकांना घसघशीत बोनस देण्यासाठी त्यांच्याकडे भरपूर पैसा शिल्लक राहतो. दुसऱ्या बाजूला जनरल मोटर्ससारख्या ऑटोमोबाईल्सची उत्पादनं करणाऱ्या कंपन्यांना जवळपास दरवर्षीच बदलांचा सामना करावा लागतो. फोर्ड्स आणि टोयोटाशी असलेल्या जागतिक स्पर्धेत आपली 'मॉडेल्स' टिकवून ठेवण्यासाठी अशा कंपन्यांना नवीन 'डिझाईन्स' आणि यंत्रसामग्रीतील बदलांवर अब्जावधींचा खर्च करावा लागतो.

या कंपन्यांपैकी आपण नेमक्या कोणत्या एका कंपनीसाठी काम कराल? - भरपूर अतिरिक्त रक्कम शिल्लक राखणाऱ्या कंपनीसाठी की भरमसाठ रक्कम खर्च कराव्या लागणाऱ्या कंपनीसाठी? आपण नक्कीच अतिरिक्त रक्कम शिल्लक राखणाऱ्या कंपनीचा पर्याय निवडाल. कारण, कंपन्यांच्या व्यवस्थापनाचं कर्तृत्व त्यातून झळकतं. वर्षाअखेर ते स्वतःसाठी भरपूर बोनसची तजवीजही करू शकतात आणि भरपूर पैसा मिळत राहणं, हे कधीही चांगलच असतं.

दीर्घकालीन स्पर्धात्मक लाभ असणाऱ्या कंपन्या

करिअरमधील प्रगतीच्या सर्वोत्तम संधी, नोकरीची शाश्वती आणि दीर्घकालीन कमाई साधणारी कंपनी मालक होण्याच्या, त्यात गुंतवणूक करण्याच्या किंवा काम करण्याच्या दृष्टीनं सर्वोत्तम ठरते, असं वॉरेनला वाटतं. दीर्घकालीन स्पर्धात्मक लाभ देणाऱ्या कंपन्या म्हणून तो त्यांचा उल्लेख करतो. अशा सर्वोत्तम कंपन्यांची बाजारपेठेवर जबरदस्त पकड असते. वेगळ्या शब्दांत सांगायचं तर अशा कंपन्यांची उत्पादनं आणि सेवा प्रत्यक्षात कधीही न बदलणाऱ्या, विक्रीस अतिशय सोप्या आणि ग्राहकांच्या

मनाचा ठाव घेणाऱ्या असतात. अशा कंपन्यांच्या नफ्याची 'मार्जीन' आणि मालाची उलाढाल मोठी असते आणि त्यांच्याकडे भरपूर प्रमाणात रक्कम शिल्लक असते.

नाण्याची दुसरी बाजू पाहू या. कित्येक कंपन्यांचं अर्थकारण अत्यंत भोंगळ असतं, त्यामुळे तुम्हाला त्यात शोधूनही चांगलं सापडत नाही. अशा कंपन्यांमध्ये चढ-उतारांचं चक्र एकसारखं सुरू राहण्याची शक्यता असते, त्यामुळे अशा कंपनीत आपण एका क्षणाला 'स्टार' ठरू शकता, तर दुसऱ्या क्षणाला नोकरी गमावण्याची शक्यता असते.

त्यामुळेच रोजगाराच्या दृष्टीनं सर्वाधिक फायद्याचे ठरणारे व्यवसाय हे काही बाबतीत दीर्घकालीन स्पर्धात्मक वर्चस्व लाभलेल्या प्रकारातील असतात. अशा सर्वोत्तम कंपन्यांचा तीन मूलभूत 'बिझनेस मॉडेल्स'मध्ये समावेश होत असल्याचं वॉरेननं शोधून काढलंय. अशा कंपन्या एक तर १) वैशिष्ट्यपूर्ण उत्पादनाची विक्री करतात, २) वैशिष्ट्यपूर्ण सेवा पुरवितात किंवा ३) लोकांना सतत लागणाऱ्या वस्तूंची किंवा सेवांची अतिशय स्वस्त किमतीत खरेदी आणि विक्री करतात.

या तिन्ही प्रकारच्या सर्वोत्तम व्यवसायांपैकी प्रत्येकाची माहिती आणि त्यातून उपलब्ध होणाऱ्या रोजगाराच्या संधीची माहिती येथे घेऊ या.

वैशिष्ट्यपूर्ण उत्पादनं विकणाऱ्या कंपन्या : कोका-कोला, पेप्सी, रिगली, हर्शी, कूर्स, गिनीझ, क्राफ्ट, मर्क अँड कंपनी, जॉन्सन अँड जॉन्सन, प्रॉक्टर अँड गॅंबल आणि फिलीप मॉरीस यांसारख्या कंपन्यांचं हे विश्व आहे. ग्राहकांच्या गरजा, अनुभव आणि जाहिरातींच्या माध्यमातून या कंपन्यांनी त्यांच्या उत्पादनांच्या कथा आपल्या मनामध्ये प्रस्थापित केल्या आहेत, त्यामुळे आपली एखादी विशिष्ट गरज भागविण्यासाठी आपण तत्काळ त्यांच्या उत्पादनांचा विचार करतो. आपल्याला 'च्युईंग गम' चघळायची इच्छा झाल्यास आपल्या मनात रिगलीचा विचार येतो. प्रचंड उकाड्यात काम केल्यावर थंड बिअरचा आस्वाद घेण्याची इच्छा होत असल्यास बडवीझर किंवा कूर्सचा विचार आपल्या मनात डोकावतो. स्थानिक पबमध्ये शेकोटीच्या शेजारी बसून गिनीझचा (मद्याचा ब्रॅन्ड) आस्वाद घेण्याची आयरीश लोकांची सवय मागील २८४ वर्षांपासून कायम आहे. फिलीप

मॉरिसनं जगभरात मार्लबरो सिगारेट्सची विक्री करून आपली आर्थिक भरभराट साधली.

अशा प्रकारे ग्राहकांच्या मनाचा ठाव घेणाऱ्या कंपन्यांबद्दल विचार करायला वॉरेनला आवडतं. अशा कंपनीला उत्पादनं बदलावी लागत नाहीत. अशा कंपन्यांना त्यांच्या उत्पादनांवर अधिक किमती आकारणं आणि अधिक विक्री करणं शक्य होतं, त्यामुळे नफ्याची मार्जीन मोठी राहते आणि मालाची उलाढालही वाढते. परिणामी, नफ्याचे प्रमाण वाढल्याचं कंपनीच्या उत्पन्नाच्या विवरणात दिसून येतं. अशा कंपन्यांची वार्षिक कमाई भरभक्कम आणि सातत्यपूर्ण राहते व त्यांच्या 'बॅलेन्सशिट'वर (ताळेबंद) फारच थोड्या अथवा कुठल्याच कर्जाचा समावेश राहत नसल्यानं अशा कंपन्या ओळखायला सोप्या असतात.

रोजगाराच्या दृष्टिकोनातून अशा विशेष कंपन्या आपल्याला व्यवस्थापकीय क्षेत्रातील 'सुपरस्टार' ठरण्याची संधी सहजपणे उपलब्ध करून देतात. अशा कंपन्यांकडे भरपूर प्रमाणात रोकड उपलब्ध असते आणि त्या चांगले पगार, भरपूर बोनस प्रदान करू शकतात. इतर व्यवसायांची खरेदी अथवा नवे व्यवसाय उभारण्यासाठी अशा कंपन्यांकडे भरपूर पैसा उपलब्ध राहत असल्यानं तरुण व्यवस्थापकांना आपलं कर्तृत्व दाखविण्याच्या भरपूर संधी उपलब्ध होतात. विश्वास ठेवा किंवा ठेवू नका; पण कोकसारख्या कंपन्या आपल्या करिअरसह इतरही बाबतीत उत्तम ठरतात.

वैशिष्ट्यपूर्ण सेवा पुरविणाऱ्या कंपन्या : मूडीज, एच अँड आर ब्लॉक, अमेक्स, सर्व्हिस मास्टर आणि वेल्स फार्गो अशा कंपन्यांचं हे विश्व आहे. वकील आणि डॉक्टर यांच्याप्रमाणेच या कंपन्या गरज असलेल्या व त्यासाठी खर्च करण्याची तयारी असलेल्या लोकांना सेवा पुरवतात; पण या कंपन्या वकील आणि डॉक्टर यांच्याप्रमाणे वैयक्तिक नव्हे, तर विशिष्ट संस्थागत सेवा पुरवतात. कर विवरण विषयक सेवा घेण्यासाठी आपण एच अँड आर ब्लॉकचा विचार करतो. अशा वेळी एच अँड आर ब्लॉकमधील करविवरण भरण्याचं काम करण्याऱ्या एखाद्या कर्मचाऱ्याचा विचार आपल्या मनात येत नाही. असामान्य सेवा पुरविणाऱ्या कंपन्यांचं अर्थकारण अभूतपूर्व असू शकतं. अशा कंपनीला उत्पादनांच्या 'रिडिझायनिंग'साठी बेसुमार खर्च

करावा लागत नाही. अशा कंपन्यांना उत्पादनांसाठी प्लांट आणि तयार मालाच्या कोठारांच्या उभारणीसाठी खर्च करावा लागत नाही. ग्राहकांच्या मनाचा ठाव घेणाऱ्या सेवा पुरविणारे व्यवसाय उत्पादनं विकणाऱ्या व्यवसायांपेक्षा अधिक चांगली 'मार्जीन' राखू शकतात. अशा कंपन्यांमध्ये व्यवस्थापक म्हणून काम करणं उत्तम पगाराच्या आणि एकूणच करिअरच्या दृष्टीनं फायदेशीर ठरतं. इतर कंपन्यांना जसा आर्थिक चढ-उतारांचा सामना करावा लागतो, तसा या कंपन्यांना करावा लागत नाही. एच अँड आर ब्लॉक आणि जनरल मोटर्स या कंपन्यांच्या संचालनाच्या इतिहासाची फक्त तुलना केली तरी ही बाब आपल्या लक्षात येईल. मंदीचं स्वरूप कितीही गंभीर असलं तरी लोकांना त्यांचं कर विवरण भरण्यासाठी मदतीची गरज लागतेच. अशा सेवा पुरविणाऱ्या व्यवसायांवर कधीही मंदीचं संकट नसतं; पण जनरल मोटर्ससारख्या कंपन्यांसाठी अर्थव्यवस्थेचा लहरीपणा अल्पावधीतच विध्वंसक ठरू शकतो. एच अँड आर ब्लॉकच्या व्यवस्थापनास कर्मचारी संघटनेच्या मागण्या, कर्जाचा डोंगर किंवा लोकांच्या बदलत्या खरेदीच्या आवडींवर रात्रंदिवस चिंता करण्याची गरजच पडत नाही.

स्वस्तातील खरेदी आणि विक्री करणाऱ्या कंपन्या : हे वॉल-मार्ट, कॉस्टको, नेब्रास्का फर्निचर मार्ट, बोरशीम्स फाईन ज्वेलरी आणि द बर्लिंग्टन नॉर्दन सँटा फे यांसारख्या कंपन्यांचं विश्व आहे. येथे कंपन्यांचा 'मार्जीन'वर नाही, तर विक्रीमालाच्या वाढीव प्रमाणावर भर असतो, त्यामुळे नफ्याच्या कमी होणाऱ्या 'मार्जीन'ची भरपाई मालाच्या वाढीव उलाढालीतून होत असते. येथे स्वस्तातील खरेदी महत्त्वाची भूमिका पार पाडत असते, त्यामुळे आपल्याला स्पर्धकाच्या तुलनेनं अधिक 'मार्जीन' उपलब्ध होऊ शकते. शिवाय, आपण उत्पादन किंवा सेवांचे स्वस्तातील विक्रेतेदेखील ठरू शकता. शहरातील सर्वोत्तम अथवा अत्यंत वाजवी किंमत आकारणारा व्यवसाय म्हणून असलेला नावलौकिक येथे ग्राहकांना आकर्षित करतो. ओमाहा (अमेरिकेतील शहर) येथे आपल्याला घरासाठी नव्या गॅस शेगडीची आवश्यकता असल्यास सर्वोत्तम पर्यायासाठी आणि किमतीसाठी आपण नेब्रास्का फर्निचर मार्टचा मार्ग धरता. मालाच्या देशांतर्गत वाहतुकीसाठी द बर्लिंग्टन नॉर्दन वाजवी दरात सर्वोत्तम सेवा पुरवू शकते. छोट्या शहरात

वास्तव्य करताना सर्वोत्तम पर्यायांसाठी आणि किमतींसाठी आपण वॉल-मार्टचा रस्ता धरतो.

येथे चर्चिलेल्या तीन बिझनेस मॉडेल्सपैकी स्वस्तातील खरेदी आणि विक्रीव्यवसायांत करिअरमध्ये प्रगतीच्या संधी सर्वांत कमी असतात. किमती कमी राखण्याच्या सततच्या तणावामुळे व्यवस्थापनदेखील दडपणाखाली येतं आणि त्यातून पगारमान कमी राखण्याची प्रवृत्ती वाढीस लागते, तरीही या तीनपैकी कुठल्याही वर्गवारीत समाविष्ट होऊ न शकणाऱ्या सामान्य व्यवसायांच्या तुलनेनं असे व्यवसाय रोजगार आणि व्यवस्थापनातील चांगल्या संधी उपलब्ध करतात.

काम करण्यासाठी 'परिपूर्ण' अशा व्यवसायाचं सर्वसामान्य मॉडेल आपल्याला लक्षात आलं असलं, तरी नेमक्या कोणत्या कंपन्या लाभदायक करिअरच्या दृष्टीनं उपयुक्त ठरू शकतात, हे समजून घेण्यासाठी त्याचं आर्थिक चित्र अधिक बारकाईनं जाणून घेता येईल. एखाद्या कंपनीचा दीर्घकालीन स्पर्धात्मक वर्चस्व प्रदान करण्यासह विशेष कंपन्यांमध्ये समावेश आहे किंवा नाही, हे निश्चित करण्यासाठी उपयुक्त ठरणाऱ्या तीन अत्यंत साध्या आर्थिक चाचण्या आम्ही निवडल्या आहेत.

२

काम करण्यासाठी सर्वोत्तम कंपनीला ओळखण्याच्या तीन झटपट चाचण्या

१. प्रति शेअर कमाई चाचणी

संभाव्य नियोक्त्याचं अर्थशास्त्र तपासण्याचा एक झटपट मार्ग म्हणजे कंपनीच्या वार्षिक प्रति शेअर कमाईच्या आकड्यांची तपासणी. कंपनी सार्वजनिक असेल, तर ते सोपं आहे आणि नसेल तर ते कठीण असतं. एखादी कंपनी दीर्घकाळ स्पर्धात्मक वर्चस्व प्रदान करणारी आहे की नाही, हे समजून घेण्यासाठी प्रतिशेअर कमाईचे केवळ एका वर्षाचे आकडे पुरसे नाहीत. याबाबतचं सुस्पष्ट चित्र प्रतिशेअर कमाईच्या दहा वर्षांच्या आकडेवारीतूनच मिळू शकतं. हे चित्र सुसंगत आणि कमाईतील वाढीचा कल स्पष्ट करणारं असावं, याकडे वॉरेन लक्ष पुरवत असतो.

ते काहीसं या प्रकारे दिसेल :

२००८	२.९५ डॉलर्स
२००७	२.६८ डॉलर्स
२००६	२.३७ डॉलर्स
२००५	२.१७ डॉलर्स
२००४	२.०६ डॉलर्स
२००३	१.९५ डॉलर
२००२	१.६५ डॉलर
२००१	१.६० डॉलर
२०००	१.४८ डॉलर
१९९९	१.३० डॉलर

कमाईचा दीर्घकाळ वर जाणारा कल या आकडेवारीतून स्पष्ट होत असल्यानं संबंधित कंपनी दीर्घकाळ स्पर्धात्मक वर्चस्व प्रदान करणारी आणि संभवतः काम करण्याच्या दृष्टीनं सर्वोत्तम असल्याचे संकेत वॉरेनला यातून मिळत असतात. कंपनीकडून विकल्या जाणाऱ्या उत्पादनांना महागड्या बदलांच्या प्रक्रियेतून जावं लागणार नाही, हेच संकेत सहसा या सुसंगत कमाईतून मिळत असतात. कमाईचा वर जाणारा कल लक्षात घेता कंपनीचं अर्थशास्त्र पुरेसं बळकट आहे, हे स्पष्ट होतं, त्यामुळे कंपनीचा बाजारातील वाटा जाहिराती आणि व्यवसायाच्या व्याप्तीतून वाढविण्यासाठी सामरिक खर्च (strategic expenditures) करण्याची मुभा देता येते किंवा स्टॉकच्या पुनर्खरेदीचा (stock buy-backs) अवलंब करून त्याची प्रतिशेअर कमाई वाढविता येते.

वॉरेन ज्या कंपन्यांपासून चार हात लांब राहतो, अशा कंपन्यांमध्ये रोजगाराच्या संधी फारच कमी असतात आणि त्यांच्या वार्षिक कमाईचं चित्र अशा प्रकारे अनियमित किंवा लहरी असतं :

२००८	२.५ डॉलर्स
२००७	(०.४५ डॉलर) तोटा
२००६	३.८९ डॉलर्स
२००५	(६.०५ डॉलर्स) तोटा
२००४	६.३९ डॉलर्स
२००३	५.०३ डॉलर्स
२००२	३.३५ डॉलर्स
२००१	(१.७७ डॉलर) तोटा
२०००	(६.६८ डॉलर्स) तोटा
१९९९	८.५३ डॉलर्स

या आकडेवारीतून अधूनमधून तोट्यासह कमाईचा उतरता कल लक्षात येतो. ही कंपनी तीव्र स्पर्धेच्या उद्योगांपैकी असून, तेजी आणि दिवाळखोरीच्या चक्रात अडकण्याकडे तिचा कल असल्याचं वॉरेनला यातून स्पष्ट होतं. तेजीमुळे मागणीत वाढ होते आणि त्यातून किमतीही वाढतात. मागणी पूर्ण करण्यासाठी कंपनी उत्पादन वाढवते, त्यातून पुरवठ्यासह खर्चात तर वाढ होतेच; पण अतिरिक्त पुरवठ्यामुळे किमती घसरायला लागतात. एकदा नफ्यात असलेली कंपनी आता पैसा गमावू लागते आणि उत्पादन तसेच खर्चात कपात होईपर्यंत तिची तोट्यात वाटचाल सुरू राहते. अनियमित कमाई असलेल्या अशा हजारो कंपन्या आहेत. भरभराटीच्या काळात विजेत्याचा भ्रम निर्माण करणाऱ्या अशा कंपन्या अखेरीस पराभूत ठरतात.

कंपनीच्या मूळ अर्थशास्त्रामुळे दर काही वर्षांनी तुमचे निकाल असे वाईट पद्धतीनं प्रभावित होणार असतील, तर तुम्ही व्यवस्थापकीय क्षेत्रातील 'सुपरस्टार' ठरू शकणार नाहीत. सुसंगत आणि कमाईतील वाढीचा कल दाखविणारी कंपनी दीर्घकालीन रोजगार आणि फायदेशीर करिअरच्या दृष्टीनं

सर्वोत्तम ठरू शकते. दुसरीकडे अनियमित कमाईचं चित्र असलेल्या कंपन्या भरभराटीच्या वर्षांत झटपट नोकऱ्या पुरवितात; तर अडचणीच्या वर्षांत झटपट नोकरकपातही करत असतात. तेजी आणि दिवाळखोरीच्या या चक्रामुळे कंपनीच्या आर्थिक चित्रात कुठलंही दीर्घकालीन स्थैर्य दिसत नसल्यानं ती काम करण्याच्या दृष्टीने अवघड ठरते.

२. कर्जाची चाचणी

एखाद्या कंपनीवर कर्जाचा कुठलाही बोझा नसेल किंवा त्या कंपनीवर अत्यल्प स्वरूपाचा दीर्घकालीन कर्जाचा बोझा असेल, तर ते काम करण्याच्या दृष्टीनं सर्वोत्तम व्यवसायाचं आणखी एक लक्षण आहे. प्रचंड कमाई करणाऱ्या कंपनीकडे अतिरिक्त रोकड उपलब्ध राहते. स्वतःला वित्तपुरवठा करण्यास या कंपन्या अत्यंत सक्षम असल्यानं त्यांना कर्जाचा प्रचंड बोझा वाहण्याची गरजच नसते. अशा कंपन्या चांगले पगार तर देतातच; पण मंदीच्या काळात आर्थिक स्थैर्य कायम राखण्याची त्यांची क्षमताही चांगली असते, त्यामुळे त्या दीर्घकालीन रोजगार पुरविणाऱ्या उत्तम कंपन्या ठरतात. उद्योगाच्या तुलनेनं एखाद्या व्यवसायावरील कर्जाचा भार तपासून पाहिल्यास कर्ज नसलेल्या किंवा कमी कर्ज असलेल्या कंपन्या ओळखायला सोप्या असतात.

येथे एक सामान्य नियम लक्षात घेता येईल. एखाद्या कंपनीवरील कर्जाचा बोझा तिच्या निव्वळ कमाईच्या पाच पटीनं अधिक असेल, तर ती दीर्घकालीन परिस्थितीत स्पर्धात्मक वर्चस्व राखणारी कंपनी नाही, असे स्पष्ट संकेत मिळतात.

कर्जाचा स्तर मोठा असल्यास त्यातून पुढील गोष्टी स्पष्ट होतात. (१) व्यवसाय प्रचंड स्पर्धा असलेल्या उद्योग क्षेत्रातील आहे आणि त्यात सातत्याने होत असलेल्या बदलांमुळे भांडवलाची मोठी गरज निर्माण झाली आहे किंवा (२) भागभांडवलाच्या तुलनेनं कंपनीवर कर्जाचा बोझा अधिक आहे. अशा व्यवसायांमध्ये शिल्लक राहणारी अतिरिक्त रोकड कर्जाचा भार कमी करण्यातच खर्च होते. पगारवाढ आणि बोनसला कुठलाही वाव नसतो, त्यामुळे व्यवसायवृद्धी किंवा नवा व्यवसाय संपादित करण्यासाठी फारच थोडं अतिरिक्त भांडवल उपलब्ध होतं. व्यवस्थापकीय संधींना फारच

कमी वाव राहतो. अर्थव्यवस्था मंदीच्या कचाट्यात सापडल्यास खर्च कमी करण्याचा प्रयत्न म्हणून अशाच कंपन्यांमध्ये सर्वप्रथम कर्मचारी कपातीचं संकट घोंगावतं. अशा कंपनीबरोबर आपण आपलं करिअर जोडण्याचा धोका कधीही स्वीकारणार नाही.

३. स्थूल नफ्याच्या मार्जीनची चाचणी

कंपनी दीर्घकालीन स्पर्धात्मक वर्चस्व प्रदान करणारी आहे किंवा नाही, हे जाणून घेण्याचा आणखी एक मार्ग म्हणजे कंपनीच्या स्थूल नफ्याच्या मार्जीनची चाचणी करायला हवी. काम करण्याच्या दृष्टीनं अशी कंपनी सर्वोत्तम ठरते. स्थूल नफ्याची मार्जीन शोधण्यासाठी कंपनीचं उत्पन्न-विवरणपत्र तपासायला हवं - कंपनीनं पैसे कमावले की गमावले, हे दर्शविणारा हा विशिष्ट कालावधीचा आर्थिक अहवाल असतो.

विशेषतः कंपनीने विकलेल्या मालावर आलेला खर्च महसुलातून वजा केल्यास कंपनीचा नेमका स्थूल नफा कळू शकेल. आता कंपनीच्या स्थूल नफ्याला महसुलाने भाग दिल्यास कंपनीची स्थूल नफ्याची मार्जीन कळू शकते. हे अधिक स्पष्टपणानं जाणून घेऊ या :

उत्पन्नाचं विवरणपत्र	
महसूल	१०,००० डॉलर्स
विकलेल्या मालावरील खर्च	६,००० डॉलर्स
ग्रॉस प्रॉफिट	४,००० डॉलर्स

आता, जर आपण कंपनीच्या एकूण महसुलातून विकलेल्या मालावरील खर्चाची रक्कम वजा केली, तर आपल्याला कंपनीच्या स्थूल नफ्याचे (ग्रॉस प्रॉफिट) आकडे मिळू शकतील. उदाहरणार्थ १०,००० डॉलर्सच्या एकूण महसुलातून ६,००० डॉलर्सच्या विकलेल्या मालावरील खर्च वजा केल्यास ४,००० डॉलर्सची स्थूल नफ्याची आकडेवारी मिळू शकते. स्थूल नफ्याची रक्कम काढण्यासाठी आपल्याला ४,००० डॉलर्सच्या ग्रॉस प्रॉफिटमध्ये १०,००० डॉलर्सच्या महसुलाच्या रकमेनं भागावं लागेल म्हणजे ४,००० डॉलर्स / महसूल १०,००० डॉलर्स = ग्रॉस प्रॉफिट मार्जीन = ४० टक्के.

दीर्घकालीन स्पर्धात्मक वर्चस्व प्रदान करू शकतील, अशा कंपन्यांच्या शोधात वॉरेन असतो. अशा व्यवसायांतून दीर्घकाळ नफा कमावता येतो आणि काम करण्याच्या दृष्टीनं अशा कंपन्या सर्वोत्तम ठरतात. इतर कंपन्यांच्या तुलनेनं सर्वोत्तम दीर्घकालीन अर्थशास्त्र लाभलेल्या कंपन्यांची स्थूल नफ्याची मार्जीन सातत्याने उच्च स्वरूपाची असते, असं त्याला आढळून आलं.

दीर्घकालीन स्पर्धात्मक वर्चस्व प्रदान करणाऱ्या ज्या कंपन्या वॉरेननं शोधून काढल्या, त्या कंपन्यांची स्थूल नफ्याची मार्जीन पुढीलप्रमाणं होती : कोका-कोलाची स्थूल नफ्याची मार्जीन सातत्याने ६० टक्के अथवा त्यापेक्षा चांगली राहिलेली आहे, रोख्यांचं रेटिंग करणारी कंपनी मूडीजची ७३ टक्के, द बर्लिंग्टन नॉर्दन रेलरोडची ६१ टक्के आणि रिगली गमची मार्जीन ५१ टक्के इतकी राहिलेली आहे.

या सर्वोत्तम व्यवसायांच्या विपरीत सुमार दीर्घकालीन अर्थशास्त्र लाभलेल्या कंपन्या म्हणून ओळखल्या जाणाऱ्या कंपन्यांपैकी दिवाळखोरीचा सातत्याने सामना करणाऱ्या युनायटेड एअरलाइन्सच्या स्थूल नफ्याची मार्जीन १४ टक्के, अडचणींचा सामना करणाऱ्या जनरल मोटर्सची २१ टक्के, एकदा अडचणीत येऊन आता नफ्यात आलेल्या यू.एस.स्टीलची १७ टक्के तसंच वाईट अर्थव्यवस्था वगळता कुठल्याही मोसमाचा सामना करणाऱ्या गुडईयर टायरची नफ्याची मार्जीन जेमतेम २० टक्क्यांवर अडकली आहे.

तंत्रज्ञानाच्या विश्वाची फारशी समज नसल्यानं वॉरेननं स्वतःला या क्षेत्रापासून दूरच ठेवलं आहे. या क्षेत्रातील मायक्रोसॉफ्टनं सातत्यानं ७९ टक्के स्थूल नफ्याची मार्जीन राखली आहे, तर ॲपल ३३ टक्क्यांवर आहे. या आकड्यांवरून असं लक्षात येतं की, 'हार्डवेअर' आणि सेवा पुरविणाऱ्या ॲपलपेक्षा 'ऑपरेटिंग सिस्टिम्स' आणि 'सॉफ्टवेअर' विकणाऱ्या मायक्रोसॉफ्टचं अर्थशास्त्र अधिक सरस आहे.

कंपनीच्या उच्च स्थूल नफ्याच्या मार्जीनमागे दीर्घकालीन स्पर्धात्मक वर्चस्व हे कारण आहे, त्यामुळे कंपनीला विकलेल्या मालावर आलेल्या खर्चापेक्षा बरीच अधिक किंमत उत्पादने आणि सेवांवर आकारण्याचं स्वातंत्र्य मिळतं. अशा वेळी स्पर्धात्मक वर्चस्व नसल्यास कंपन्यांना त्यांचे उत्पादन किंवा सेवा यांची किंमत कमी ठेवून स्पर्धा करावी लागते, त्यामुळे नफ्याची मार्जीन तर कमी होतेच; पण त्यांची लाभदायकतादेखील कमी होते, त्यामुळे पगारवाढ आणि मोठे बोनस प्रदान करण्याची क्षमता कमी होते. त्याचप्रमाणे

नवा व्यवसाय आणि मंदी यांच्यात टिकून राहण्यासाठी भांडवल वापरण्याची कंपनीची क्षमता कमी होते.

सारांश

एखादी कंपनी दीर्घकालीन स्पर्धात्मक वर्चस्व प्रदान करणारी आहे किंवा नाही, हे निश्चित करण्यास उपयुक्त ठरणाऱ्या अन्य काही कसोट्या आहेत. आम्ही त्या कसोट्यांची *वॉरेन बफे अँड द इंटरप्रिटेशन ऑफ फायनान्शियल स्टेटमेंट्स* या पुस्तकात अगदी सविस्तरपणे चर्चा केलीय; पण झटपट चर्चा करण्याच्या दृष्टीनं या प्रकरणात दिलेल्या तीन कसोट्या आपल्याला अत्यंत उपयुक्त ठरतील. विशेषतः नोकरीचा प्रस्ताव देत असलेली एखादी कंपनी यशस्वी आणि उज्ज्वल करिअर घडविणाऱ्या सर्वोत्तम व्यवसायांपैकी आहे की कमी पगार, अत्यल्प संधी आणि नोकरीची शाश्वती नसलेल्या गुलामीत आपलं आयुष्य अडकवून ठेवणाऱ्या सुमार व्यवसायांपैकी आहे, हे पारखण्यासाठी त्या उपयुक्त ठरतील.

एखादी सर्वोत्तम कंपनी काळानुरूप सुमार कंपनीत रूपांतरित होण्याची शक्यतादेखील निश्चितपणे राहते. वर्तमानपत्रांच्या उद्योगाबाबत हे घडलंय, तर दुसरीकडे एखादा सुमार दर्जाच्या व्यवसायाचं रूपांतर सर्वोत्तम व्यवसायात होण्याचे प्रसंग अत्यंत दुर्मीळ आहेत, तेव्हा एखाद्या सुमार अंगभूत अर्थशास्त्र लाभलेल्या कंपनीत तुम्ही काम करत असाल, तर परिस्थितीत बदल होण्याची वाट बघत वर्षानुवर्षं तेथेच चिकटून राहण्यापेक्षा त्यातून बाहेर पडणं आपल्यासाठी केव्हाही योग्य ठरतं.

दुसरी पायरी

काम सोपवा

बर्कशायरची उत्तरोत्तर प्रगती होत असताना आणि ती विविध व्यवसायांमध्ये अधिकाधिक जम बसवत असताना त्यातील व्यवस्थापकांना पुरेसे अधिकार प्रदान करणं, कंपन्यांचं सक्षम संचालन तसेच व्यवस्थापकांचं समाधानही सुनिश्चित करणं गरजेचं असल्याचं वॉरेनला आढळून आलं.

वॉरेनमधील एखादं अत्यंत विलक्षण स्वरूपाचं व्यवस्थापन कौशल्य नमूद करायचं झाल्यास एका मर्यादेच्या पलीकडे जाऊन सहकाऱ्यांना अधिकार प्रदान करण्याची त्याची तयारी असते. एका मर्यादेच्या पलीकडे जाऊन दुसऱ्यांना अधिकार सोपविण्याची तयारी हे त्याच्या व्यवस्थापन कौशल्याचं वैशिष्ट्य असून बहुतांश 'सीईओं'कडे ते सहसा आढळून येत नाही. आता वॉरेनचं अधिकार सोपविण्यासंबंधीचं तत्त्वज्ञान जाणून घेऊ या. त्याचा अवलंब करूनच त्यानं बर्कशायरसारख्या एका छोट्या टेक्सटाईल निर्मिती युनिटचं रूपांतर आजच्या अवाढव्य अशा बहुराष्ट्रीय महाकंपनीत घडवून आणलय.

३

अधिकार सोपविण्याचे नियम

'आम्ही जवळजवळ त्यागाच्या पातळीपर्यंत
इतरांना अधिकार सोपवितो.'
– वॉरेन बफे

व्यवसायाचं संचालन आणि व्यवसायवृद्धी यांसाठी अधिकार प्रदान करण्याची कला आत्मसात करायलाच हवी, हे वॉरेन जाणून होता. प्रत्येक प्रसंगावर अथवा त्यातील लोकांवर आपलं नियंत्रण मिळविण्याचा प्रयत्न करण्याची एक नैसर्गिक प्रवृत्ती असते; एखादे कार्य, उपक्रम, व्यवसायावर अवाजवी देखरेख ठेवली जाते. तथापि, एकाच वेळी अतिप्रमाणात कार्य आणि व्यवसाय यांवर देखरेख ठेवण्याच्या प्रयत्नात सारीच कार्यं प्रभावित होतात. अवाजवी देखरेखीमुळे दुर्लक्ष होऊ शकतं. उलटपक्षी एखाद्या विशिष्ट कार्यावर फोकस करणाऱ्या सक्षम व्यवस्थापकाकडे अधिकार सोपविल्यास ते कार्य अधिक विस्तृत स्वरूपात समजून घेऊन काळजीपूर्वक पार पाडता येतं. वॉरेन ८८पेक्षा अधिक वैविध्यपूर्ण व्यवसायांचे मालक आहेत आणि त्या कंपन्यांचं व्यवस्थापन त्यानं ८८ सक्षम 'सीईओं'च्या खांद्यावर सोपविलं आहे. बर्कशायरच्या जॉन्स मॅनविल, बेंजामिन मूर, फ्रुट ऑफ द लूम, क्लेटन होम्स आणि जॉर्डन्स फर्निचर यांसारख्या सर्व कंपन्यांचं संचालन 'सीईओं'कडून होतं आणि त्यांचं व्यवसायांवर संपूर्ण नियंत्रण आहे. बर्कशायरनं फॉरेस्ट रिव्हर ही कंपनी विकत घेतल्यावर वॉरेननं

तिचा संस्थापक आणि सीईओ पीटर लाइग्ल याला स्पष्टच सांगितलं की, मला आपल्याकडून वर्षातून एकापेक्षा जास्त वेळा संपर्क साधण्याची अपेक्षा नाही. वॉरेननं त्याही पलीकडे जाऊन बर्कशायरच्या 'सीईओं'ना मला विशेष असं काहीही लिहून पाठविण्याची गरज नसल्याची सूचनादेखील केली आहे. जेव्हा मॅक्लेन कंपनीचा 'सीईओ' ग्रेडी रोझियर यानं वॉरेनला फोन करून कंपनीसाठी काही नवे जेट खरेदी करण्याबाबत मंजुरी देण्याची विनंती केली, तेव्हा वॉरेननं त्याला उत्तर दिलं, 'तो तुमचाच निर्णय असेल. कंपनी तुमची आहे आणि ती तुम्हालाच चालवायची आहे.'

आपल्या व्यवसायांपैकी प्रत्येकच व्यवसाय आपण स्वतः सांभाळू शकतो, याचा केवळ विचारही त्याला वेडेपणाचा वाटतो. एखादं कार्य पार पाडण्यासाठी वॉरेन त्याची संपूर्ण जबाबदारी संबंधितावर सोपवित असतो. 'मी जवळजवळ त्यागाच्या पातळीपर्यंत इतरांना अधिकार सोपवित असतो', असे तो सांगतो.

अधिकार यशस्वीपणे सोपविण्यात मदत होण्यासाठी वॉरेननं नियमावली तयार केलीय :

नियम १

प्रत्येकच व्यवसायाची संस्कृती अनन्यसाधारण असते. छोट्यात छोट्या व्यवसायांपासून ते अगदी महाकाय कंपन्यांपर्यंत विशिष्ट कार्यं पार पाडण्यासाठी कामगार आणि व्यवस्थापक यांनी उच्च दर्जाची विशेष कौशल्यं विकसित केलेली असतात. व्यवस्थापक म्हणून ही विशेष कौशल्यं आपल्याला अगदी अल्प प्रमाणातही पार पाडणं शक्य नसल्याचं वॉरेनच्या लक्षात आलं. याबाबतीत त्याचे कर्मचारी तज्ज्ञ आहेत आणि त्यांना त्यांच्या कौशल्यानुसार; त्याच्या हस्तक्षेपाविना काम पार पाडण्याची मुभा असावी, असं त्याला वाटतं. व्यवस्थापक या नात्यानं जर आपली काही जबाबदारी असेल, तर ती कर्मचाऱ्यांना सर्वोत्तम कार्यासाठी प्रेरित करण्याची, याचीही त्याला जाणीव आहे म्हणजेच वॉरेन स्वतःला 'चिअरलीडर' म्हणून पाहतो, गुलामांचा मालक म्हणून नव्हे!

नियम २

सक्षम व्यवस्थापकांना 'त्यांचे' व्यवसाय त्यांच्या पद्धतीनं चालविण्याची संपूर्ण मोकळीक हवी असते, असं वॉरेनच्या लक्षात आलं. त्यांनी ते कायम स्वतःचे व्यवसाय असल्याचा दृष्टिकोन बाळगावा, यासाठी वॉरेननं त्याच्या व्यवस्थापकांना प्रोत्साहन दिलं. त्याचा परिणाम म्हणून व्यवस्थापकांनी परिश्रम तर घेतलेच, शिवाय व्यवसायाची उत्तम कामगिरीदेखील सुनिश्चित केली. त्यांच्या दृष्टीनं ती अभिमानाची बाब ठरली.

नियम ३

कामाच्या दृष्टीनं संपूर्ण अधिकार सोपवायचे तर आपले व्यवस्थापक त्यांच्या व्यवसायांमध्ये केवळ मेहनती, समर्पित आणि हुशार राहून चालणार नाहीत; त्यांच्यामध्ये सचोटीही असायला हवी, याची वॉरेनला जाणीव झाली. वेगळ्या शब्दांत सांगायचं तर ते अत्यंत प्रामाणिक असायला हवेत. जर ते प्रामाणिक नसतील तर त्यांच्या मेहेनतीचा, कामाप्रती असलेल्या ऊर्मींचा आणि हुशारीचा वापर आपल्याला लुटण्यासाठी करू शकतात.

सारांश

वॉरेनचे अधिकार सोपविण्याचे नियम अगदी साधेसरळ आहेत : प्रत्येकच व्यवसायाचं स्वरूप वैशिष्ट्यपूर्ण आहे. आपल्यापेक्षा आपले कर्मचारी त्यांचं काम अधिक चांगल्या पद्धतीनं पार पाडू शकतात. व्यवसाय वाढवायचा असेल, तर त्यासाठी अधिकार सोपविण्याची अत्यंत आवश्यकता आहे. व्यवस्थापकांना 'त्यांचे व्यवसाय' चालविण्यासाठी मिळणारी मोकळीक आवडते. आपण नियुक्त केलेले व्यवस्थापक मेहनती, हुशार आणि सर्वांत महत्त्वाचे म्हणजे अत्यंत प्रामाणिक असायला हवेत. फर्निचरच्या व्यवसायातील आपल्या यशामागचं रहस्य उलगडताना बर्कशायरच्या व्यवस्थापक श्रीमती बी यांनी एकदा नमूद केल्याप्रमाणं 'स्वस्त विका आणि खरं सांगा' हे तत्त्वदेखील लक्षात ठेवायला हवं.

तिसरी पायरी

कामासाठी योग्य व्यवस्थापकाचा शोध

एकदा का योग्य व्यवसाय शोधला किंवा मिळवला आणि अधिकार सोपविण्याची गरज समजून घेतली की पुढचं काम म्हणजे व्यवसायासाठी योग्य व्यवस्थापकाची निवड. वॉरेनसाठी योग्य व्यवस्थापकाची वैशिष्ट्यं म्हणजे व्यवस्थापकीय गुणधर्मच आहेत, जे आम्ही स्वतःमध्ये जोपासले पाहिजेत. ती वैशिष्ट्यं नेमकी काय आहेत, हे जाणून घेऊ या.

४

वॉरेन योग्य व्यवस्थापकाचा शोध कुठून सुरू करतात?

'वैवाहिक स्थितीतील बदलांप्रमाणेच व्यवस्थापनातील बदलही वेदनादायी, वेळखाऊ आणि अनिश्चित स्वरूपाचे असतात.'

– वॉरेन बफे

सौदेबाजीच्या किमतीत उपलब्ध असलेले; पण अत्यंत सुमार पद्धतीनं चालविले जाणारे व्यवसाय खरेदी केल्यावर वॉरेन हा धडा स्वतःच्या अनुभवातून शिकला. डेम्पस्टर मिल्स मॅन्युफॅक्चरिंगमधील त्याची सुरुवातीची गुंतवणूक ही योग्य व्यवस्थापकाचा शोध लागण्यापूर्वी व्यवस्थापनात कराव्या लागलेल्या वारंवार बदलांचं चपखल उदाहरण आहे. त्यावर आपण लवकरच चर्चा करू. हे बदल कष्टप्रद, वेळखाऊ आणि खर्चिक तर होतेच; पण आवश्यकही होतेच.

व्यवस्थापकीय बदल करताना सर्वप्रथम आपण स्वतःला एक प्रश्न विचारायला हवा. तो म्हणजे बदल खरोखरच गरजेचे आहेत का? या प्रश्नाचं उत्तर जर 'नाही' असं असेल, तर आपण एखाद्या नवख्या व्यक्तीला आणून आर्थिक नुकसानीचा धोका पत्करू नये; पण व्यवसायात आर्थिक नुकसान होत असेल आणि ते व्यवसायातील अंतर्भूत अर्थशास्त्रामुळे नव्हे

व्यवस्थापकामुळे होत असेल, तर ती व्यवस्थापनातील बदलाची निश्चित अशी वेळ आहे.

वॉरेनचे प्रयत्न व्यवस्थापकीय बदल टाळण्याचे असतात. नवे व्यवसाय खरेदी करताना ते सक्षम व्यवस्थापनासह मिळावेत, असा त्याचा आग्रह असतो. 'इन्व्हेस्टमेंट बँकर्स'च्या माध्यमातून नव्या कंपन्यांच्या खरेदीची जाहिरात किंवा बर्कशायरच्या शेअरधारकांना लिहिलेल्या त्याच्या वार्षिक पत्रात तो या मुद्यावर भर देत असतो. याशिवाय, तो प्रत्येक कंपनीच्या प्रमुख व्यवस्थापकाकडून पत्राद्वारे भविष्यातील त्याच्या संभाव्य उत्तराधिकाऱ्याचे नावही मागवून घेत असतो. ही पत्रं दरवर्षी अद्ययावत होत असतात, त्यामुळे एखाद्या व्यवस्थापकास काही झाल्यास त्याची जागा घेणाऱ्या व्यक्तीच्या शोधात वेळ वाया जात नाही. व्यवसायाशी पूर्णपणे परिचित तसेच कंपनीतील लोक, उत्पादने आणि ग्राहकांची उत्तम समज असलेल्या व्यक्तीने निवडलेला व्यवस्थापक वॉरेनला उपलब्ध होतो.

व्यवस्थापकाचा शोध कंपनीबाहेर घ्यावा लागल्यास वॉरेन त्याच्यासह पूर्वी काम केलेल्या लोकांकडे वळतो. त्यांच्या कामाची त्याला कल्पना असते. तो त्याच्या व्यवसायातील सहकाऱ्यांचा याबाबतीत सल्ला घेत असतो. येथे डेम्पस्टर मिल्स मॅन्युफॅक्चरिंग कंपनीशी निगडित उल्लेखनीय घडामोडीचा आणि असामान्य अशा हॅरी बॉटल याचा उल्लेख करावा लागेल.

डेम्पस्टर मिल्स मॅन्युफॅक्चरिंग ही नेब्रास्कामधील पवनचक्की आणि जलसिंचनाची कंपनी होती. तिचा शेअर तिच्या बुक व्हॅल्यूच्याही २५ टक्क्यानं विक्रीस उपलब्ध झाला, त्यामुळे वॉरेननं त्यात गुंतवणूक केली. कंपनीच्या संचालक मंडळात समावेश झाल्यावर त्याला कंपनीच्या साधारण कामगिरीमागील कारण लक्षात आलं. ते म्हणजे कंपनीचं सुमार व्यवस्थापन. त्यानं नव्या व्यवस्थापकाच्या नियुक्तीसाठी इतर संचालकांना तयार केलं. त्याप्रमाणे नव्या व्यवस्थापकाची नेमणूकही झाली; पण बदललेल्या व्यवस्थापकाच्या तुलनेनं नव्या व्यवस्थापकाची नियुक्ती ही त्यापेक्षाही मोठं संकट ओढवणारी ठरली. अत्यंत नैराश्यातच वॉरेननं या अडचणीतून बाहेर पडण्यासाठी त्याचा मार्गदर्शक मित्र चार्ली मंगर याला एखाद्या हुशार व्यवस्थापकाचं नाव सुचविण्यास सांगितलं. चार्लीनं एका अशा व्यक्तीचं नाव सुचविलं, जिचा वॉरेनने पुढे जाऊन 'जबरदस्त व्यक्तिमत्त्व' म्हणून उल्लेख केला. ती व्यक्ती म्हणजे हॅरी बॉटल. हॅरी हा व्यवसायांना कलाटणी

देणारा तज्ज्ञ म्हणून ओळखला जायचा. अपयशी ठरणाऱ्या व्यवसायांना अडचणीतून बाहेर काढण्यात त्याचा हातखंडा होता. वॉरेनचं निमंत्रण आणि ५० हजार डॉलर्सच्या 'सायनिंग बोनस'वर हॅरी हा कॅलिफोर्नियाच्या उष्ण व भरपूर सूर्यप्रकाशाच्या वातावरणातून नेब्रास्काच्या कडाक्याच्या थंडीत दाखल झाला. तेथे त्यानं डेम्पस्टरचा 'सीईओ' म्हणून सूत्रं हाती घेतली. सर्वप्रथम त्यानं कंपनी तयार करत असलेल्या 'स्पेअर' व 'रिप्लेसमेंट पार्ट्स'च्या नव्या किमती निश्चित केल्या. डेम्पस्टरच्या उत्पादनांना सतत देखभालीची आवश्यकता पडत असल्यानं त्यातून कंपनीनं 'रिप्लेसमेंट पार्ट्स'मध्ये मोठा व्यवसाय साधला होता. त्यापैकी डेम्पस्टरकडून वापरले जाणारे काही सुटे भाग कुठल्याही हार्डवेअर स्टोअरमध्ये तर काही वैशिष्ट्यपूर्ण सुटेभाग केवळ डेम्पस्टरकडेच उपलब्ध असायचे आणि ते अन्यत्र कोठूनही खरेदी करता येत नव्हते. डेम्पस्टरकडून तयार होत असलेल्या सामान्य आणि वैशिष्ट्यपूर्ण अशा दोन्ही प्रकारच्या सुट्या भागांची किंमत उत्पादन खर्च आणि प्रत्यक्ष विक्री किमतीतील ४० टक्के फरकावर (marking up) एकसारखीच निश्चित केली जात असल्याची चूक हॅरीच्या लक्षात आली होती. हॅरीनं डेम्पस्टरची एकाधिकारशाही असलेल्या वैशिष्ट्यपूर्ण सुट्या भागांची किंमत तिप्पट केली, तर दुसरीकडे सामान्य भागांच्या मालाच्या प्रमाणात कपात केली. त्यामुळे उत्पन्नात वाढ होऊन भांडवल मोकळं होण्यातही मदत झाली. वर्षाअखेर डेम्पस्टर तोट्यातून बाहेर पडली आणि कंपनीची वॉरेनच्या एका यशस्वी गुंतवणुकीच्या दिशेनं वाटचाल सुरू झाली.

वीस वर्षांनंतर वॉरेनपुढे बर्कशायर हॅथवेतील एका छोट्या उत्पादन व्यवसायाच्या निमित्ताने आणखी एक व्यवस्थापकीय समस्या उभी ठाकली. त्यासाठी त्यानं कोणाला बोलावलं असेल, याचा अंदाज आपण लावू शकता? होय, त्यानं पुन्हा हॅरी बॉटल यालाच पाचारण केलं

येथे धडा हाच मिळतो : फक्त गरज असेल तेव्हाच व्यवस्थापक बदला, शक्यतोवर कंपनीतील लोकांनाच त्यावर बढती द्या आणि ते जर शक्य नसेल, तर आपलं कर्तृत्व पूर्वी सिद्ध केलेल्या हुशार व्यक्तींचा शोध घ्या. जेव्हा यापैकी काहीही शक्य होणार नाही, तेव्हा हॅरी बॉटलसारख्या असामान्य व्यक्तीची मदत घेता येईल.

५

विजेता की बळी? समूहातून लीडर निवडण्याचं वॉरेनचं रहस्य

'प्रत्येक जण तुम्हाला जगातील अत्यंत वाईट प्रियकर समजत असताना तुम्हाला जगातील सर्वोत्तम प्रियकर बनायचं आहे का? किंवा मग प्रत्येक जण तुम्हाला जगातील सर्वोत्तम प्रियकर समजत असताना तुम्हाला जगातील अत्यंत वाईट प्रियकर बनायचं आहे का?'

– वॉरेन बफे

सर्वच लोकांमध्ये आंतरिक अथवा बाह्य स्वरूपाचं 'स्कोअरकार्ड' असतं, असा सिद्धान्त वॉरेन बफे मांडतो : एक तर आम्ही स्वतःशी प्रामाणिक असतो किंवा मग आपल्या समजुतीप्रमाण जगाच्या इच्छेनुसार आपण जुळवून घेत असतो. खरा नेता, लीडर अथवा प्रमुख हा स्वतःच्या समजुतीप्रमाणं वागत असतो, तर नोकरशाह दुसऱ्यांच्या इच्छेनुसार वागत असतात.

लोकमताचे वारे आपल्याविरुद्ध वाहत असतील, तर एकट्यानं उभं राहता येत नाही; पण वॉरेनची ही क्षमताच त्याला गर्भश्रीमंत बनवून गेली. शेअरबाजारात भीतीचं सावट असलं की, त्याची खरेदी चालते आणि

इतरांमध्ये उत्साहाचं वातावरण असलं की, तो विक्रीचा मार्ग पत्करतो. त्यानं अख्खं आयुष्यच कळपाविरुद्ध जाऊनच व्यतीत केलं आहे. वॉरेन बफेसारखे मुक्त आणि स्वतंत्र विचारवंत हे कदापिही बळी ठरत नाहीत. ते स्वतःच्या नशिबाचे स्वामी असतात.

विजेता आणि बळी यांच्यातील भिन्नतेवर चर्चा करताना मानसशास्त्रज्ञ मंडळी व्यक्तीच्या नियंत्रणाच्या केंद्राची अथवा स्थानाची चर्चा करतात. जर आपल्या नियंत्रणाचं केंद्र आंतरिक असेल, तर आपण काहीही चुकीचं घडल्यावर स्वतःला दोषी ठरवता. नियती आपल्या आधीन आहे आणि त्याचे परिणामदेखील आपल्या हाती आहेत, यावर आपला विश्वास असतो. जर आपण अपयशी ठरलो, तर त्यासाठी इतर कुणीही नव्हे, तर आपली स्वतःची कृती कारणीभूत ठरते. जर आपल्या नियंत्रणाचं केंद्र बाह्य स्वरूपाचं असेल, तर त्या वेळी काहीही चुकीचं घडल्यास आपण स्वतःला सोडून इतर सर्वांनाच दोष देत असतो.

तरुण वयात वॉरेनवर त्याचे वडील हॉवर्ड यांचा अतिशय प्रभाव होता. अत्यंत कणखर आंतरिक नियंत्रण असलेलं असं त्यांचं व्यक्तिमत्त्व होतं. महामंदीच्या काळातच हॉवर्ड यांनी नवा व्यवसाय सुरू केला होता. सरकारमध्ये सुरू असलेल्या घडामोडींवर त्यांचे मतभेद झाले आणि त्याच वेळी त्यांची कॉंग्रेसवरदेखील निवड झाली होती. आपल्या जीवनाचं नियंत्रण जगाकडे नसून, आपल्याकडेच असतं आणि आपलं आयुष्य नेमकं कसं असू शकेल, हेदेखील आपणच ठरवू शकतो, याची जाणीव वॉरेनला या घटनेतून झाली होती.

नियंत्रणाचं आंतरिक केंद्र राखणं नेहमीच सोपं नसतं : आपण जिंकतो तेव्हा आपण स्वतः विजेते असतो; परंतु जेव्हा आपण पराभूत होतो, तेव्हा आपण स्वतःच पराजित असतो. येथे यशाची अथवा अपयशाची जबाबदारी आपली स्वतःची असते. येथे आपण स्वतःशिवाय दुसऱ्याच्या माथी दोष मारत नाहीत. ही परिस्थिती आपल्यावर प्रचंड दडपण निर्माण करणारी ठरू शकते. वॉरेनची दोन आयरीश बँकांमध्ये केलेली गुंतवणूक अपयशी ठरली, तर कोनोकोफिलिप्ससाठी त्याला खूपच जास्त रक्कम मोजावी लागली. हे त्याचं एकट्याचं अपयश ठरलं. या अपयशापासून त्याला धडाही मिळाला; पण त्याच वेळी त्यानं अपयशावर फार काळ विचार करत न बसण्याचा शहाणपणा स्वीकारला. अपयशावर फार काळ

विचार करत न बसता त्यानं नियंत्रणाचं आंतरिक केंद्र असणाऱ्या व्यक्तींवर होणारे गंभीर परिणाम मात्र टाळले.

येथे मोलाचा धडा हाच आहे : नियंत्रणाचं आंतरिक केंद्र असणारे लोक स्वतःच्या अपयशाची जबाबदारी घेतात आणि त्या चुकांमधून ते खूप काही शिकतातही. त्यांचं स्वतःवर आणि त्यांच्या विश्वावर पूर्ण नियंत्रण असतं. ते समस्यांकडे जिंकण्याची आव्हानं म्हणून बघतात. (मायक्रोसॉफ्टचे बिल गेट्स आठवा.) नियंत्रणाचं बाह्य केंद्र असलेल्या लोकांना स्वतःच्या समस्या स्वतः सोडविण्याचा आत्मविश्वास नसतो. आपण आपल्या नियंत्रणापलीकडे असलेल्या परिस्थितीचे बळी आहोत, असं त्यांना वाटत असतं. (येथे वॉल स्ट्रीट आठवून बघा.)

यापैकी नेमका कोणता दृष्टिकोन श्रीमंती आणि श्रेष्ठत्व यांच्या दिशेनं जाईल, असं आपल्याला वाटतं? अत्यंत कठीण काळात कुठल्या प्रकारच्या व्यक्तीत एखाद्या कंपनीचं किंवा देशाचं नेतृत्व करण्याचं सामर्थ्य असू शकतं? आम्ही विजेते आहोत की बळी? विजेतेपणाच्या भावनेतूनच सर्वोत्तम व्यवस्थापक आणि नेते घडत असतात. कारण, ते जबाबदारी स्वीकारू शकतात आणि समस्यादेखील सोडवू शकतात, तर दुसऱ्या बाजूला आपण बळी ठरत असल्याची भावना जोपासणारे लोक आव्हानांचा सामना करण्यात आणि समस्या सोडविण्यापेक्षा निमित्तं शोधण्यात तसंच जगाला दोष देण्यात अधिक व्यस्त असतात.

६

तेच काम करा, जे आपल्याला आवडते

'एक वेळ येते, जेव्हा आपल्याला आवडते त्याच कामाला आपण सुरुवात करायला हवी. अशी नोकरी करा, जिच्यावर आपलं प्रेम आहे. तेव्हाच आपण सकाळी अंथरूणातून उडी मारून उठाल. एखादे काम रेझ्यूम्येवर उठून दिसायला पाहिजे या विचाराने जर आपण नावडत्या नोकऱ्या करत असाल, तर माझ्या मते आपले डोके फिरले आहे. हे म्हणजे आपल्या लैंगिक इच्छा म्हातारपणासाठी राखून ठेवण्यासारखंच नाही का?'

– वॉरेन बफे

संपन्नतेच्या शोधात आपण नेहमी न आवडणारे काम अथवा व्यवसाय पत्करत असतो. त्यात आपण दिवसेंदिवस, वर्षानुवर्षं अगदी वेळ संपेपर्यंत कायम राहतो. आपण पाहिलेलं स्वप्न पूर्ण करण्याचा दिवस नक्कीच येईल, या विश्वासावर आपण स्वतःची वंचना करीत असतो. या दरम्यान, आपण आपलं आयुष्य हालअपेष्टांमध्ये तर घालवतोच; पण त्यात आपल्या कुटुंबीयांनाही सहभागी करून घेतो. ही परिस्थिती सहसा आयुष्याच्या सुरुवातीच्या काळात आणि बऱ्याचदा गरजेमुळे निर्माण झालेली असते. तथापि, कधी कधी निव्वळ हव्यासातून ती निर्माण होत असते. एखाद्या

हव्यासापोटी आपल्याला प्रिय असलेली एखादी गोष्ट आपण करणार नसल्यास ते आपल्या आयुष्याचं अत्यंत वाईट असं व्यवस्थापन ठरतं, असं वॉरेनला वाटतं, त्यामुळे आपलं काम काबाडकष्टाचं होतं व त्यातून मनोधैर्याचं खच्चीकरण होऊन आपला उत्साह मावळून जातो. भरपूर पैसा कमावता आला तरी नऊ तासांहून अधिकच्या कामामुळे आपली अवस्था दयनीय होते.

व्यवसायाच्या विश्वात आपल्याला आवडणारं काम करणारी लोक सर्वाधिक यशस्वी ठरतात. त्यांची ऊर्मी जागविण्यात पैसा नव्हे, तर आवडतं काम कारणीभूत ठरतं. हीच गोष्ट महान फुटबॉल खेळाडू किंवा महान संगीतकार यांनाही लागू पडते. कॉम्प्युटर प्रोग्रॅमर, सेल्समन, सुतार, नर्स, खाटीक, शेफ, पोलीस, डॉक्टर किंवा वकील अशा कुठल्याही व्यवसायात शिखरावर पोहोचलेली मंडळी आपल्या कामावर अतिशय प्रेम करणारी असतात आणि ते सहसा आपल्या पेशात सर्वाधिक कमाई साधणारे असे लोक असतात. आपल्याला आवडणारं काम करणं आणि चांगला पैसा कमावणं या दोन्ही गोष्टी सहसा एकत्रच होत असतात.

आपल्या कामासाठी लोकांना नियुक्त करताना त्यांना त्या कामाची आवड आहे किंवा नाही, हे तपासणं आवश्यक असल्याचं वॉरेनला वाटतं. आपल्या कामाप्रती अभिमान बाळगणारे लोकही असतात. ते आपल्या सहकाऱ्यांनाही सर्वोत्तम कामगिरीसाठी प्रेरित करतात व व्यवसायासाठी प्रेरणादायी ठरतात. वॉरेनसारख्या हुशार लोकांना घडविण्याचं कामही ते करत असतात.

आपल्या जीवनाच्या व्यवस्थापनाचा नियम : आपल्या कामावर प्रेम करा.

आपल्या व्यवसायाच्या व्यवस्थापनात नियम : आपल्या कामावर प्रेम करणाऱ्या लोकांना नियुक्त करा.

हे दोन्ही मार्ग यशाकडे जाणारे आहेत.

७

विजेती सेल्सटीम एकत्र करा

'मी स्वतःचा विक्रेता म्हणून नाही, तर ग्राहक म्हणून विचार करत असतो. मला ज्या गोष्टी पटणार नाहीत किंवा मी वापरणार नाही, त्या गोष्टी मी विकणारदेखील नाही.'

– वॉरेन बफे

स्वतःच्या उत्पादनांवर पूर्ण विश्वास असलेले लोक सर्वोत्तम विक्रेते असतात, हे वॉरेनला अगदी सुरुवातीपासूनच जाणून होता. अशा लोकांना ते विकत असलेल्या उत्पादनांबद्दल आस्था असते.

एखाद्या व्यक्तीला तो विकत असलेल्या उत्पादनांवर विश्वास आणि आस्था असल्यास त्या उत्पादनाच्या निर्मितीसाठी वापरलेले पदार्थ, उत्पादनांची प्रक्रिया, त्यांचा सर्वोत्तम वापर अशा प्रत्येकच गोष्टीत त्याला प्रचंड उत्सुकता असते. यावर आपल्याला अगदी पैजही लावता येईल. सर्वांत महत्त्वाचे म्हणजे या विक्रेत्याला उत्पादनाच्या सर्वोत्तम वापराचीही माहिती असते. या माहितीमुळे ग्राहक प्रभावित होत असतात.

वॉरेन व्यवस्थापकांमध्ये याच गुणवत्तेच्या शोधात असतो. आपली उत्पादनं आणि व्यवसाय यांवर प्रचंड विश्वास असणाऱ्या लोकांच्या मनात

कामाप्रती आवड निर्माण होत असते. केवळ पैसे कमावण्यात स्वारस्य असलेल्या व्यवस्थापकांची नियुक्ती करणं त्याला आवडत नाही. वॉरेनच्या वरिष्ठ व्यवस्थापकांपैकी बरेच जण लक्षाधीश असले तरी त्यांनी नोकरीचा बहुतांश कालावधी एकाच कंपनीमध्ये घालवला आहे. बफेलो न्यूजचा प्रकाशक स्टॅन लिपसी तीस वर्षांहून अधिक काळापासून कंपनीत काम करतोय. आता पन्नाशीत असलेला सीईओ इर्व ब्लमकिन हा अगदी किशोरावस्थेपासून नेब्रास्का फर्निचर मार्टमध्ये कामाला आहे. हे दोन्ही सर्वोत्तम व्यवस्थापक इतके श्रीमंत आहेत की, ते अगदी उद्याही सेवानिवृत्ती घेऊ शकतील; पण ते आजही त्यांच्या कामात व्यग्र असतात. त्यामागील कारण म्हणजे त्यांना त्यांच्या कामाबद्दल प्रचंड आस्था आहे.

येथे धडा हाच आहे : आपल्याला विजेती सेल्स टीम एकत्र करायची झाल्यास ज्या उत्पादनांच्या विक्रीची जबाबदारी आम्ही त्यांना सोपविणार आहोत, त्या उत्पादनांबद्दल विश्वास आणि आस्था असलेल्या लोकांचाच आम्ही शोध घ्यायला हवा. आपण विकत असलेल्या उत्पादनांबद्दल 'सेल्समन'मध्ये आढळून येणारी प्रचंड आस्था लक्षात येता त्याच्यावर आपल्याला भिस्त ठेवता येईल, हे वॉरेन अनुभवानं शिकलाय.

८

ध्यास

'व्यवसायाबद्दल असणाऱ्या आत्मीयतेचं आमचं उदाहरण एक कॅथलिक टेलर आहे. अनेक वर्षांच्या बचतीतून त्यानं व्हॅटीकनची तीर्थयात्रा केली. तो परतल्यावर त्याच्याकडून पोपविषयी जाणून घेण्यासाठी स्थानिकांनी विशेष बैठक भरविली. ऐकण्यासाठी आतूर झालेल्या स्थानिकांनी त्याला पोप यांचे व्यक्तिमत्त्व नेमके कशा प्रकारचे आहे, याबद्दल सांगण्याची विनंती केली. आमच्या कॅथलिक टेलरने अजिबात वेळ न दवडता त्याच्या टेलरिंगच्या भाषेतच 'त्यांचं माप आहे ४४, मध्यम' असं सांगून टाकलं.'

– वॉरेन बफे

वॉरेनच्या विश्वात, सकाळी व्यवसायाचा विचार करतच उठणारी आणि रात्री झोपल्यावर व्यवसायाबद्दल स्वप्न बघणारी व्यक्ती परिपूर्ण व्यवस्थापक ठरते. झपाटलेपण अथवा ध्यास ही परिपूर्णतेची किंमत आहे, असं वॉरेन नमूद करतो. या ध्यासातूनच वॉरेननं मूडीचं 'ए'पासून ते 'झेड'पर्यंतचं 'स्टॉक मॅन्युअल' अक्षरशः घोकून काढलं होतं. त्याच्या सर्वकालीक आवडत्या गुंतवणूकदारांमध्ये एका फारच कमी शिकलेल्या

व्यक्तीचा समावेश होता. ती व्यक्ती पाणीपुरवठा करणाऱ्या कंपन्यांच्या मागे इतकी काही झपाटलेली होती की, टॉयलेट फ्लशचा वापर केल्यावर प्रत्येक वेळी पाणी कंपनीची किती कमाई होते, हेदेखील तो माणूस सांगू शकत होता. पाणी कंपन्यांमध्ये गुंतवणूक करूनच त्यानं लाखो रुपयांची कमाई साधली.

हेच झपाटलेपण वॉरेन त्याच्या कर्मचाऱ्यांमध्ये शोधत असतो. नोकरी मिळविण्यासाठी बर्कशायरमध्ये येणाऱ्या उमेदवारांना केवळ एकच प्रश्न मला विचारता येणार असेल, तर 'ते त्यांच्या कामाबद्दल किती झपाटलेले आहेत?' एवढंच मी विचारेन, असं वॉरेननं एकदा नमूद केलं होतं. आपल्या कुटुंबाच्या मदतीनं नेब्रास्का फर्निचर मार्टची स्थापना करून तो व्यवसाय वयाच्या शंभरीनंतरही (वयाच्या १०४ वर्षांपर्यंत) उत्तम पद्धतीने सांभाळणाऱ्या श्रीमती बी या त्याच्या दृष्टीनं परिपूर्ण अशा व्यवस्थापक ठरतात. ते स्टोअर त्यांच्या दृष्टीनं सर्वस्व असल्यानं वॉरेननं त्यांना त्यापासून कधीही दूर केलं नाही. व्यवसायाच्या साठ वर्षांपेक्षा अधिक कालावधीत त्यांनी केवळ एकदाच सुट्टी घेतली आणि त्या सुट्टीतही 'स्टोअर'पासून लांब राहावं लागल्यामुळे त्या अत्यंत दुःखी होत्या. सुट्टी आटोपून रात्री घरी परतल्यावर स्टोअरमध्ये जाण्यासाठी त्या सकाळ होण्याचीही प्रतीक्षा करू शकल्या नव्हत्या, असं त्या सांगत. आपल्या वाहनानं ओमाहामध्ये फेरफटका मारून स्पर्धेचा आढावा घेत राहणं, हा त्यांचा छंदच होता.

स्त्री असो वा पुरुष वॉरेनचे सर्वच वरिष्ठ व्यवस्थापक असे झपाटलेले आहेत. गीकोचा सीईओ टोनी नाइसली १९६१पासून कंपनीत कामाला होता आणि आपण कधीकाळी निवृत्त झाल्यास नेमकं काय करावं, याचा तो विचारही करू शकत नव्हता.

फ्लाइटसेफ्टीचा संस्थापक आणि चेअरमन ए. एल. यूल्टस्कीबद्दल बोलताना वॉरेन सांगतो की, मला काय हवंय, हे 'एएल'ला चांगलं माहिती होतं. मी फ्लाइटसेफ्टीबद्दलही जाणून होतोच आणि 'एएल'ला त्याचा व्यवसाय अत्यंत प्रिय होता, हेदेखील मी सांगू शकतो. समोरच्या व्यक्तीचा अंदाज घेताना मी नेहमीच पहिला प्रश्न स्वतःला विचारत असतो. तो म्हणजे त्यांना केवळ पैसा प्रिय असावा की त्यांना व्यवसायाबद्दल खरोखरच आस्था असावी? पण 'एएल'च्या बाबतीत सांगायचं झालं, तर पैसा हा त्याच्यासाठी अत्यंत दुय्यम बाब आहे. त्याला व्यवसाय अतिशय प्रिय

आहे आणि मलाही नेमकं तेच हवं आहे. मी कंपनी खरेदी केल्यानंतर त्या लोकांनी केवळ पैशावर प्रेम केलं असतं, तर ते टिकलेच नसते.

व्यवस्थापकांची व्यवसायाबद्दलची आस्था जाणून घेण्यासाठी वॉरेन अगदी साधा प्रश्न विचारत असतो. या प्रश्नाच्या माध्यमातून त्याला व्यवस्थापकाचं सुरुवातीच्या काळात व्यवसायात दाखल होण्याचं नेमकं कारण जाणून घ्यायचं असतं. एखाद्या व्यक्तीचं शिक्षण नेमकं कुठं झालं, या माहितीपेक्षा त्या व्यक्तीनं बालपणात कधीतरी लिंबूसरबताचा स्टॉल लावला होता की नाही, हे जाणून घेतल्यास तो व्यवस्थापक पुढे किती यशस्वी ठरेल, याबाबत आम्हाला अधिक काही सांगता येतं. व्यवसायाची आवड अगदी लहानपणापासून जोपासणारी व्यक्ती आयुष्याच्या पुढच्या टप्प्यात यशस्वी व्यावसायिक ठरू शकते.

आम्ही किती हुशार आहोत, या गोष्टीला वॉरेनच्या विश्वात फार महत्त्व नाही. एखाद्या गोष्टीबद्दल आपण किती झपाटलेलो आहोत, आपण करत असलेलं काम आपल्याला किती आवडतं, या गोष्टींना तो महत्त्व देतो आणि जर आपण हुशारही असाल तर मग ती सर्वोत्तम गोष्ट ठरते.

९

प्रामाणिकपणाची ताकद

'प्रांजळ वृत्तीचे व्यवस्थापक आमच्यासाठी फायद्याचे असतात, यावर आमचा विश्वास आहे : सार्वजनिक स्वरूपात इतरांची दिशाभूल करणारा 'सीईओ' खासगी स्वरूपात शेवटी स्वतःची दिशाभूलही करू शकतो.'

– वॉरेन बफे

स्वतःच्या चुकांबाबत इतरांशी सच्चेपणानं वागणारा व्यवस्थापक किंवा कर्मचारी चुकांमधून शिकण्याची शक्यता अधिक असते, असं वॉरेन सांगतो. जेव्हा एखादा व्यवस्थापक किंवा कर्मचारी स्वतःच्या चुकांकडे डोळेझाक करतो किंवा स्वतःच्या घोडचुकांचं खापर इतरांवर फोडण्याचा प्रयत्न करतो, तेव्हा तो इतर महत्त्वाच्या बाबतीत स्वतःची प्रतारणाच करण्याची शक्यता अधिक असते, असं तो नमूद करतो.

अकाउंटिंगशी निगडित प्रकरणांमध्ये प्रामुख्याने ही बाब खरी ठरते, असं वॉरेनला आढळून आलं. काही आकड्यांमध्ये लपवाछपवीची इच्छा होणार असेल, तर त्याची परिणती सर्वच आकड्यांच्या लपवाछपवीत होत असते किंवा वॉरेन नमूद करतो त्याप्रमाणे, 'सातत्यानं चांगल्या कामगिरीचं आश्वासन देणारे व्यवस्थापक एका पातळीवर कामगिरीचं बनावट चित्र उभं करण्याच्या मोहात अडकतात.'

असं खोटं चित्र निर्माण करणाऱ्या व्यवस्थापकांना कारागृहाचा मार्ग दाखवला जातो. दुदैवानं, 'अकाउंटिंग'मधील ही फसवेगिरी शेअरधारकांची गुंतवणूक आणि कर्मचाऱ्यांच्या पेन्शन फंडाचं अतोनात नुकसान झाल्यानंतरच उघडकीस येत असते. वॉरेनच्या व्यक्तिगत आणि व्यावसायिक जीवनातही मूलभूत असं सच्चेपण आहे. हे त्याचं गुणवैशिष्ट्य सर्वांसाठीच प्रेरक ठरू शकतं. काम करण्याच्या प्रेरणेसाठी ज्यांना एखाद्या कराराची आवश्यकता भासतं असते, अशा लोकांसह व्यवसाय करणं आपल्याला रुचणार नाही, असं तो सांगतो. व्यवसायाच्या विश्वात आपल्या बँक खात्यात जमा असलेल्या पैशांप्रमाणंच अत्यंत प्रामाणिक व्यवस्थापकदेखील खूप मौल्यवान ठरत असतात.

१०

खर्चाचे व्यवस्थापन करा

‘खरोखर चांगले व्यावसायिक व्यवस्थापक एखाद्या दिवशी सकाळी उठल्यावर ‘मी आजपासून खर्च कमी करणार आहे’ असं म्हणत नाही, ज्याप्रमाणे ते जागून श्वास घेण्याचा अभ्यास सुरू करण्याचा निर्णय घेत नाहीत.’

– वॉरेन बफे

व्यवसायाच्या दृष्टीनं नफा ही अत्यावश्यक बाब आहे. नफा नसेल तर व्यवसाय मृतवत ठरतो. व्यवसायात नफा कमविण्याचा एकमेव मार्ग म्हणजे आपण विकत असलेल्या उत्पादनावर आकारल्या जाणाऱ्या किमतीपेक्षा त्याचा खर्च कमी असावा. या दोन्ही गोष्टींमधील फरकाला ‘प्रॉफीट (नफ्याची) मार्जीन’ असं म्हटलं जातं. पैसा कमावण्याचा दुसरा मार्ग नाही, दुसरे समीकरणही नाही. आपण एक तर नफा कमवणार अथवा कमवणार नाही आणि जर आपल्याला नफा होत नसेल, तर आपण व्यवसायात दीर्घकाळ कायम राहणार नाहीत. जर आपल्याला भरपूर नफा झाला असेल, तर स्वत:ची गुजराण करण्याशिवाय आपण बरंच काही करू शकता – आपण श्रीमंत होऊ शकता.

व्यवसायाचे व्यवस्थापक म्हणून आमची दोन मुख्य लक्ष्यं असतात : विक्री विभागानं जास्तीत जास्त किमतीत शक्य तेवढ्या उत्पादनांची विक्री करावी, यासाठी त्यांना प्रेरित करणं आणि खरेदी तसंच उत्पादन विभागानं शक्य तेवढ्या कमी किमतीत उत्पादनांची निर्मिती किंवा त्यांचं संपादन (acquisition) करावं, यासाठी त्यांना प्रेरित करणं. नफा मिळविण्यासाठी या दोन्ही गोष्टी एकाच वेळी साध्य कराव्या लागतात. खर्च कमी राखण्याचं काम सर्वांत महत्त्वाचं असतं. कारण, त्यातून उत्पादनाची किंमत ठरत असते. खर्च कमी असेल, तर आपल्याला ते उत्पादन कमी किमतीत विकता येतं, त्यामुळे उत्पादन अधिक योग्य आणि विक्रीला सोपे ठरते.

आपले व्यवस्थापक अगदी किरकोळ स्वरूपाचा खर्चदेखील कशा पद्धतीनं हाताळतात, याकडे लक्ष देऊन त्यांना खर्चाची कितपत जाणीव आहे, हे ठरविता येतं. व्यवस्थापक छोट्या-छोट्या गोष्टींबाबत शिस्तप्रिय नसतील, तर ते मोठ्या गोष्टींबाबतदेखील बेशिस्त असण्याची शक्यता राहील, असं वॉरेन नमूद करतो. यासंदर्भात तो असोसिएटेड कॉटन शॉप्सचा मालक बेंजामिन रॉजनर याचा किस्सा सांगत असतो. खर्च कमी राखण्यात रॉजनर इतका पक्का होता की, विक्रेत्याकडून आपली फसवणूक तर होत नाही ना, याची खात्री करून घेण्यासाठी त्यानं एकदा चक्क टॉयलेट पेपरच्या रोलवरील शिट्स मोजून काढल्या होत्या.

कॅपिटल सिटीज कम्युनिकेशन्सचा सीईओ टॉम मर्फी याचाही किस्सा वॉरेन सांगत असतो. खर्चाच्या बाबतीत टॉम इतका कमालीचा सावध असायचा की, आपल्या ऑफिस इमारतीचं पेंटिंग करताना त्यानं कोणाच्याही नजरेस चटकन न पडणारी मागील भिंत पेंट करण्याचं टाळलं. जनसंपर्क आणि 'लिगल' हे दोन्ही विभाग म्हणजे अनावश्यक खर्च असल्याचं टॉमला वाटायचं. या सेवांची गरज भासेल, तेव्हा फ्रीलान्सर्सना अत्यल्प खर्चात नियुक्त करता येईल, हे त्यानं दाखवून दिलं. कॅपिटल सिटीजचं एबीसी टेलिव्हीजन नेटवर्कमध्ये विलिनीकरण करताना त्यानं सर्वप्रथम एबीसीच्या खासगी डायनिंग रूमपासून स्वतःची सुटका करून घेतली. वॉरेनला टॉम आवडत असे.

खर्चातील कपातीच्या समीकरणाचा दुसरा पैलू व्यक्तिगत बचतीशी निगडित आहे. जर आमचा समावेश ४० टक्क्यांच्या 'टॅक्स स्लॅब'मध्ये होत असेल, तर आम्हाला ६ डॉलर्स खर्च करण्यासाठी १० डॉलर्स उत्पन्न

असायला हवं. आम्ही राहणीमानाच्या खर्चात ६ डॉलर्सपर्यंत कपात केल्यास होणारी बचतदेखील एक प्रकारे आपले उत्पन्नच ठरते आणि ती बचत गुंतवणुकीसाठी उपलब्ध राहते. मिळकतीपेक्षा खर्च कमी ठेवण्याची कला आपल्याला अवगत असेल, तर आपल्याला एक परीसच लाभला आहे असं समजावं, असं बेंजामिन फ्रँकलीन यांनी नमूद करून ठेवलंय. परिसाच्या माध्यमातून किमयागार लोक शिश्याचं परिवर्तन सोन्यामध्ये करत असतात. आपल्या जीवनाच्या सुरुवातीच्या काळात खर्च कमी ठेवण्याबाबत वॉरेन अत्यंत आग्रही होता, त्यामुळे लक्षाधीश झाल्यानंतरही तो बरीच वर्षं आपली जुनी वॉक्स वॅगन बिटल कार वापरत राहिला. स्वस्त कार वापरल्यानं झालेल्या बचतीतून आणखी श्रीमंत होण्यासाठी त्याला गुंतवणुकीसाठी अधिक पैसा उपलब्ध झाला.

येथे सर्वांत महत्त्वाचा मुद्दा हाच आहे : व्यवस्थापकाचा शोध घेताना वॉरेनला खर्चाबद्दल अत्यंत सावध असणारी व्यक्ती अपेक्षित असते. खर्चाबद्दल सावध असण्याची वृत्ती केवळ व्यवसायाच्या अडचणीच्या काळातच दिसू नये, तर ती त्याच्या जीवनशैलीचा भाग असायला हवी. खर्चातील कपात हा आपल्या व्यवसायाचा आणि स्वतःचं उत्पन्न वाढविण्याचा अतिशय वेगवान तसंच सोपा मार्ग आहे. याचाच अर्थ तो श्रीमंत होण्याचा सर्वांत सोपा मार्ग ठरतो. (आणि पैसा कमवण्याच्याबाबतीत सोपी गोष्ट ही नेहमीच चांगली ठरते.)

११

दीर्घावधीकडे लक्ष ठेवा

'व्यवसायाचं व्यवस्थापन आणि त्यातील गुंतवणूक, हे दोन्ही घटक परस्परपूरक ठरतात. व्यवस्थापक म्हणून काम करताना मला उत्तम गुंतवणूकदार होता आलं आणि गुंतवणूकदाराच्या भूमिकेतून मला उत्तम व्यवस्थापकही होता आलं.'

– वॉरेन बफे

वॉरेन दीर्घकालीन गुंतवणूकदार आहे. असामान्य अथवा अपवादात्मक अर्थकारण लाभलेल्या कंपन्यांमधील त्याची गुंतवणूक कायमस्वरूपी असते. हा दीर्घकालीन दृष्टिकोन बाळगूनच तो ऐश्वर्यसंपन्न झालाय. मात्र, बहुतांश व्यवसायांतील व्यवस्थापकांचा कल वर्षभरातील कालमर्यादेकडे असतो. ते तिमाही, वार्षिक निकालांनी परिभाषित विश्वात वावरत असतात. तिमाही किंवा वार्षिक 'प्रोजेक्शन्स'च्या तुलनेनं कामगिरी सरस ठरली असल्यास त्यांना भरपूर बोनस आणि पदोन्नती मिळू शकते. कामगिरी साधण्यात अपयश आल्यास त्यांच्यावर नोकरी गमवण्याची आपत्तीही येऊ शकते. यामुळे व्यवस्थापनांमध्ये अल्पकालीन गोष्टींवर फोकस करण्याची प्रवृत्ती वाढते.

अल्पकालीन दृष्टिकोन बाळगल्यानं व्यवस्थापनाचं दीर्घकालीन नियोजन पार मोडकळीस येतं. दीर्घकालीन धोरण सोडून व्यवस्थापकांना अल्पकालीन कामगिरीसाठी बाध्य केलं जातं. बऱ्याचदा भविष्यातील संधींचा लाभ घेण्याच्या योजना त्यांच्याकडे नसतात. संभाव्य मंदीचा सामना करण्याच्या योजना ते आखत नाहीत. हे 'प्रतिक्रियात्मक व्यवस्थापन' (reactive management) वॉरेनच्या स्वयंप्रेरित व्यवस्थापन (proactive management) कार्यपद्धतीच्या अगदी विसंगत असं आहे. गुंतवणुकीत दीर्घकालीन दृष्टिकोन जोपासल्यानं व्यक्तिगत लाभासोबतच व्यवसायांनाही त्याचा लाभ होतो, याची जाणीव वॉरेनला अनुभवानं झाली होती, त्यामुळे त्याच्या कंपन्यांमध्ये दाखल होणाऱ्या व्यवस्थापकांना सर्वप्रथम तो व्यवसायातील अल्पकालीन चढ-उतारांवर चिंता न बाळगता व्यवसाय दीर्घकाळासाठी भक्कम आणि सक्षम करण्याच्या दिशेनं काम करण्याची सूचना करत असे.

वॉरेनला आणखी एक महत्त्वाचा धडा मिळाला. तो म्हणजे व्यवस्थापनानं अगदी प्रखरतेनं अल्पकालीन गोष्टींवर भर दिल्यास व्यवस्थापकांकडून होणारा भांडवलाचा विनियोग अयोग्य स्वरूपात होण्याची शक्यता राहते, त्यामुळे दोन मोठ्या समस्या निर्माण होतात. भांडवलाचा वापर इतरत्र करण्याची परिस्थिती असताना व्यवस्थापनाकडून त्याचा वापर एखाद्या सुमार प्रतीच्या व्यवसायासाठी होण्याची शक्यता राहते. आणखी एक महत्त्वाची गोष्ट म्हणजे भांडवलाचा वापर मुख्य व्यवसायाच्या बाहेर करण्याचे व्यवस्थापनाचे प्रयत्न मोठी किंमत मोजून भरभराटीचं मृगजळ ठरणाऱ्या चुकीच्या व्यवसायांच्या खरेदीस कारणीभूत ठरत असतात. सर्वोत्तम व्यवसायांकडून अव्यवहार्य योजनांवर खर्च होणार असेल, तर काय होऊ शकतं, हे दाखवून देण्यासाठी वॉरेन नेहमी कोका-कोलाच्या चित्रपट व्यवसायातील अपयशी उपक्रमाचं उदाहरण देत असतो.

वॉरेनकडून बर्कशायर हॅथवेची खरेदी झाली, त्या वेळी तो अतिशय सामान्य प्रतीचा व्यवसाय होता. विदेशी टेक्सटाइल्स निर्मात्यांशी स्पर्धा करण्याचा निकराचा प्रयत्न म्हणून कंपनी मिळकतीपेक्षा अधिक पैसा खर्च करत होती. वॉरेननं कंपनीची सूत्रं हाती घेतल्यावर त्याला या व्यवसायाचं काहीही भवितव्य नसल्याची स्पष्ट जाणीव झाली होती. त्यानं बर्कशायरचं खेळतं भांडवल टेक्स्टाईल व्यवसायावर खर्च करण्याचं थांबवलं आणि

त्या भांडवलाचा वापर त्यानं दीर्घकालीन दृष्टिकोनातून चांगला व्यवसाय ठरणाऱ्या विमा कंपनीच्या संपादनासाठी केला. येत्या काळात टेक्स्टाईलचा व्यवसाय नव्हे, तर विमा व्यवसाय उत्तम ठरू शकेल, हे त्याला कसं काय कळलं? वॉरेननं मोठ्या प्रमाणात व्यवसायांचा अभ्यास करण्यासाठी भरपूर वेळ खर्ची घातला होता, त्यामुळे दीर्घकालीन सर्वोत्तम व्यवसाय कसे असतात, याची त्याला कल्पना आली होती, त्यामुळेच टेक्स्टाईलचा व्यवसाय मुळातच सुमार प्रतीचा असल्यानं त्यात कितीही गुंतवणूक केली तरी त्याचं मूलभूत अर्थशास्त्र कदापिही सुधारणार नाही, याची जाणीव त्याला झाली होती. अखेरीस बर्कशायरला आपला टेक्स्टाईलचा व्यवसाय बंद करावा लागला; पण त्याच वेळी आर्थिक भरभराट साधण्याच्या मार्गानं बर्कशायरची विमा क्षेत्रातील घोडदौड सुरू झाली होती.

विदेशी उत्पादकांनी निर्माण केलेल्या स्पर्धेत टिकून राहण्यासाठी बर्कशायरच्या टेक्स्टाईल व्यवसायाचा कारभार पाहणाऱ्या व्यवस्थापकांनी अगदी शेवटचं 'डाईम' (अमेरिकी नाणं)देखील खर्च केलं असतं. मात्र, बर्कशायरच्या शेअरधारकांच्या सुदैवानं वॉरेनकडे टेक्स्टाईल व्यवसायाचं भवितव्य जाणून घेण्याची आणि उत्तम दीर्घकालीन भवितव्य लाभलेल्या कंपनीत गुंतवणूक करण्याची दूरदृष्टीही होती.

शेवटी वॉरेनला एका गोष्टीची जाणीव झाली. ती म्हणजे सर्वोत्तम व्यवस्थापकाचा शोध घेताना आपण सर्वोत्तम गुंतवणूकदाराचादेखील शोध घेत असतो. कायम दीर्घकालीन दृष्टिकोन बाळगून व्यवसायाचा पैसा मनुष्यबळात, उत्पादनात आणि नव्या व्यवसायांमध्ये योग्य पद्धतीनं गुंतविण्याची त्याची जबाबदारी असते.

१२

वेतन कसे ठरवावे?

'आपल्याकडे सर्वोत्तम व्यवस्थापक असतील,
तर आपण त्यांना भरपूर वेतन द्यायला हवं.'
– वॉरेन बफे

सर्वोत्तम व्यवस्थापक हे अगदी फुटबॉलच्या महान प्रशिक्षकांसारखे असतात. असे लोक फार मोजकेच असतात; पण एखादा व्यवस्थापक सर्वोत्तम आहे किंवा नाही, याचं मोजमाप तुम्ही कसं करणार? सर्वच व्यवसाय सारखे नसतात. काही व्यवसायांचं अर्थशास्त्र अतिशय सामान्य असतं, तर इतर व्यवसायांचं अर्थशास्त्र असाधारण अथवा अपवादात्मक असतं. असाधारण अर्थशास्त्र लाभलेल्या व्यवसायांमध्ये बऱ्याचदा एखादा अत्यंत सुमार व्यवस्थापकही आपली छाप पाडून जातो, तर दुसरीकडे, एखादा सामान्य व्यवसाय साभाळणारा व्यवस्थापक कितीही असामान्य प्रतिभेचा असला, तरी तो किंवा ती आपली फारशी छाप पाडण्याच्या स्थितीत नसतो. आपण हा फरक कसा सांगणार? व्यवस्थापकाची कामगिरी कितपत चांगली आहे, हे जाणून घेण्यासाठी वॉरेन व्यवस्थापकाच्या आणि त्या उद्योग क्षेत्रातील इतरांच्या कामगिरीचं तुलनात्मक मूल्यमापन करत असतो.

उदाहरणार्थ, आपला व्यवसाय शेअरधारकांच्या गुंतवणुकीवर २० टक्के कमाई करून देत असेल, तर आपल्याला ती कामगिरी उत्तम वाटू शकते

आणि वर्षाअखेर व्यवस्थापकाला मोठ्या रकमेचा बोनसही देऊ शकतो. तथापि, आपल्या उद्योग क्षेत्रातील इतर व्यवसायांच्या तुलनेनं प्रत्यक्षात आपली कामगिरी तेवढी समाधानकारक नसण्याची शक्यताही असू शकते. अशा वेळी उद्योग क्षेत्रातील इतर व्यवसायांच्या तुलनेनं सामान्य निकाल देणाऱ्या व्यवस्थापकांना आपण बोनस देणार का? वॉरेनसाठी याचं उत्तर 'नाही' असंच आहे : असामान्य व्यवसायांमधील सामान्य कामगिरी त्याला असाधारण बोनस देण्यासाठी प्रेरित करू शकत नाही.

मात्र, सुमार अर्थशास्त्र व्यवसाय लाभलेल्या व्यवसायांमध्ये अगदी वेगळी परिस्थिती असते. आपला व्यवसाय शेअरधारकांच्या गुंतवणुकीवर २० टक्के कमाई साधत असल्यास इतर व्यवसायांच्या तुलनेनं आपल्या व्यवसायाची कामगिरी सुमार असल्याचा निष्कर्ष आपण काढू शकतो; परंतु त्याच उद्योग क्षेत्रातील इतर व्यवसायांच्या तुलनेनं आपल्या व्यवसायाची कामगिरी सरस असल्याचं आपल्याला आढळून येईल. इतरांच्या तुलनेत आपल्या व्यवस्थापकाची कामगिरी सरस असल्याचे संकेतही यातून मिळू शकतात आणि त्यासाठी त्याला सढळ हातानं पुरस्कृत करायला हवं.

वेतन हे कामगिरीवर आधारित असावं, यावर वॉरेनचा ठाम विश्वास आहे. मात्र, त्या कामगिरीचा आधार व्यवसायाचं अंतर्भूत अर्थशास्त्र नव्हे तर व्यवस्थापकाचं योगदान ठरावं, असंही त्याला वाटतं. व्यवसायाच्या अंतर्भूत अर्थकारणामुळे व्यवस्थापकाच्या कामगिरीत कितपत वाढ झाली; यापेक्षा त्यानं व्यवसायाच्या अंतर्भूत अर्थकारणात कितपत सुधारणा घडवून आणली, यावरच वॉरेनच्या विश्वात बोनस प्रदान केले जातात.

चौथी पायरी

आपल्या कर्मचाऱ्यांना प्रेरित करा

सहकाऱ्यांना अगदी त्यागाच्या पातळीपर्यंत अधिकार सोपवायचे झाल्यास त्यांच्याकडून असाधारण कामगिरी साधण्यासाठी त्यांना प्रेरित करणं, हे त्याचं मुख्य काम असल्याची जाणीव वॉरेनला झाली होती. योग्य व्यवसायाचा शोध आणि योग्य व्यवस्थापकांच्या नियुक्तीनंतर त्यांना प्रेरित करण्याची जबाबदारी त्याच्याकडे होती.

व्यवस्थापनाला प्रेरित करण्यासाठी वॉरेनकडून वापरल्या जाणाऱ्या कौशल्यांची माहिती आम्ही पुस्तकाच्या या भागात देणार आहोत. कार्नेगी आणि इतरांकडून तो खूप काही शिकला आणि त्याचं रूपांतर त्यानं जिंकण्याच्या व्यवस्थापन शैलीत कसं केलं, हे आम्ही स्पष्ट केलं आहे. पहिली छाप पाडण्यापासून ते प्रशंसेचा वापर करण्यापर्यंत तसेच टीका करण्यातील धोके ओळखण्यापासून ते सूचनांचा खुबीनं वापर करण्यात

त्याचा हातखंडा आहे. आपल्या व्यवस्थापकांवर प्रभाव पाडून त्यांना प्रेरित करण्याचं काम तो अत्यंत हुकमतीनं करतो. तो पहिली छाप कशा पद्धतीनं पाडतो, यापासून आपण सुरुवात करू या.

१३

पहिली छाप उत्तमरीत्या पाडा

'जेव्हा तुम्ही एखाद्याला पहिल्यांदाच भेटता,
तेव्हा मैत्रीपूर्ण पद्धतीनं सुरुवात करा.'

ज्वेलरी व्यवसायात अधिकारी पदावरील बेरिल रॅफ डलासमधील जे. सी. पेनीच्या रिटेल ज्वेलरी डिव्हीजनची प्रमुख म्हणून कार्यरत होती. २००९च्या वसंत ऋतूत एका व्यावसायिक मित्रानं तिला बर्कशायरच्या हेल्झबर्ग डायमंड शॉप्सच्या 'सीईओ' पदासाठी मुलाखत देण्याविषयी विचारणा केली होती. ९० वर्षं जुनी आणि २४० ज्वेलरी स्टोअर्सची मोठी साखळी असलेली हेल्झबर्ग 'डायमंड किंग' बार्नेट हेल्झबर्ग यानं उभारली होती. ती त्यानं नंतर बर्कशायर हॅथवेला विकली.

वॉरेन आणि त्याच्या बर्कशायर हॅथवेबद्दल बेरिलच्या मनात पूर्वापार आदराची भावना होती. त्याच्यासाठी काम करणाऱ्या लोकांची गुणवत्ता, त्यानं बाळगलेल्या सर्वोत्तम व्यवसायांचा समूह आणि प्रबुद्ध सीईओ म्हणून त्याला लाभलेली प्रतिष्ठा, याचीही तिला कल्पना होती. त्याचे व्यवस्थापक सातत्यानं त्याची स्तुती करायचे, याचीही तिला माहिती होती, त्यामुळे अशा सर्वोत्तम कंपनीत कामाची संधी मिळणं म्हणजे जीवनभराची संधी असल्याची जाणीव बर्लला झाली. वॉरेनशी केवळ संवाद साधणं, हीदेखील आपल्या आयुष्यातील महत्त्वाची घडामोड ठरू शकते, असंही तिला वाटून गेलं. तथापि, वॉरेन चक्क आपली गोल्ड कॅडिलॅक घेऊन आपल्याला घ्यायला विमानतळावर येऊ शकेल, याची तिनं कल्पनादेखील केली नव्हती. बेरिलची गांगरलेली अवस्था वॉरेननं लगेचच दूर केली. वॉरेन अत्यंत खुबीनं

बोलणारा आणि मोहक व्यक्तिमत्त्वाचा असल्याचं तिला जाणवलं. दोघांनी काही काळ त्याच्या कार्यालयात घालवला. ज्वेलरी व्यवसायाबद्दलचं तिचं व्हीजन आणि प्रश्नांना उत्तरे दिल्यावर वॉरेन तिला त्याच्या कंट्री क्लबमध्ये लंचसाठी घेऊन गेला. वॉरेननं तिला त्याच्या शहराची सफर घडवत तिच्यापुढे नोकरीचा प्रस्ताव ठेवला. या प्रस्तावावर काही दिवस विचार केल्यावर तिनं तो मान्य केला. बेरिल आपल्या कामाबद्दल अत्यंत समाधानी आहे. नोकरीच्या सुरुवातीच्या काही महिन्यांतच आपण वॉरेनच्या कुटुंबाचा जणूकाही एक भागच आहोत, असं तिला वाटल्याचं बेरिल सांगते.

पहिल्या भेटीतील मैत्रीपूर्ण व्यवहाराचं महत्त्व वॉरेन जाणून होता. तो स्वतः त्याची कार घेऊन तिला घ्यायला आला होता. त्याचं वागणं अत्यंत सहज, मजेदार आणि मैत्रीपूर्ण होतं. तिचे भांबावलेपण दूर करण्याचे त्याचे प्रयत्न होते. तिला तो लंचसाठी घेऊन गेला आणि त्यानं तिचं मतही जाणून घेतलं, त्यामुळे पहिल्याच भेटीत वॉरेनला तिच्यावर उत्तम छाप पाडता आली आणि त्यामुळेच तिनं वॉरेनचा नोकरीचा प्रस्ताव मान्य केला होता. ती बर्कशायर हॅथवे कुटुंबातील एक विशेष सदस्य असल्याची जाणीव वॉरेन तिला सातत्याने करून देत आलाय. आपल्याकडून त्याची निराशा होऊ नये, असं तिला कायम वाटत असतं.

अशी कल्पना करा की, वॉरेनची कृती अगदी विपरीत राहिली असती तर? तो तिला घ्यायला विमानतळावर आला नसता तर? त्यानं तिच्यासाठी कॅबची व्यवस्था केली असती तर? तिला लंचसाठी नेण्याच्या आणि तिचं मत जाणून घेण्याच्या भानगडीत तो पडला नसता, तर काय झालं असतं, याचीही कल्पना करा. कदाचित, तिची त्याच्याबद्दल वेगळी धारणा तयार झाली असती. वॉरेन हा अतिशय अलिप्त स्वभावाचा अब्जाधीश असल्याची आणि आपण त्याला बक्कळ पैसा मिळवून देणार की नाही, यातच त्याला स्वारस्य असल्याची त्याची प्रतिमा तिच्या मनात निर्माण झाली असती. कदाचित, अशा प्रकारच्या बॉससह काम करणं तिला रुचलं नसतं. तिनं नोकरीचा प्रस्ताव मान्यदेखील केला नसता.

नियम अगदी साधा आहे : आपल्याला आपल्या मार्गानं जायचं असल्यास इतरांशी मैत्रीपूर्ण मार्गानं संवादाची सुरुवात करायला हवी. केवळ हाच मार्ग फलदायी ठरू शकतो.

१४

कौतुकाचं महत्त्व

'आपल्या सगळ्यांमध्येच कौतुक ऐकण्याची गहन आणि प्रामाणिक गरज असते.'

आपल्यापैकी प्रत्येकाला स्वतःचं असं महत्त्व हवं असतं, हे वॉरेन जाणून आहे. मानवी स्वभावातील सर्वांत सखोल असं तत्त्व म्हणजे त्याला कौतुकाची गरज असते, असं अमेरिकी मानसशास्त्रज्ञ आणि तत्त्वज्ञ विलियम जेम्स यानं एकदा नमूद केलं होतं. वॉरेनवर त्याचा परिणाम झाला होता.

वॉरेननं सुरुवातीच्या काळात अभ्यासलेल्या सर्वोत्तम व्यवस्थापकांपैकी एक म्हणजे युनायटेड स्टेट्स स्टील कंपनीचा माजी प्रमुख चार्ल्स श्वाब. श्वाब हा एका अर्थानं पहिला 'सुपरस्टार' व्यवस्थापक आणि सीईओ होता, ज्याला वर्षाकाठी मिलियन डॉलर्समध्ये वेतन मिळायचं. त्या काळात श्वाबची, अत्यंत आदरणीय व्यवस्थापक म्हणून प्रतिमा होती. अर्थात, त्यामागील कारण त्याचं स्टील उद्योगासंबंधीचं ज्ञान हे नसून, कर्मचाऱ्यांमध्ये उत्साह जागवण्याची त्याची अफाट क्षमता, हे होतं. कर्मचाऱ्यांचं कौतुक आणि त्यांना प्रोत्साहन देऊन त्यानं हे साध्य केलं.

'उत्साह जागविण्याची माझी क्षमता, हा माझा मौल्यवान ठेवा आहे. एखाद्या व्यक्तीमध्ये तो कौतुकानं आणि प्रोत्साहनाच्या मार्गानं विकसित करता येतो. वरिष्ठांकडून होणारी टीका व्यक्तीच्या महत्त्वाकांक्षा संपुष्टात

येण्यास कारणीभूत ठरत असते. मी कुणावरही टीका करीत नाही. लोकांना कामासाठी प्रोत्साहन देण्यावर माझा विश्वास आहे, त्यामुळे मी कौतुक करण्यात तत्पर असतो आणि चुका काढण्यात कंजुषी करतो. एखादी गोष्ट आवडल्यास मी मोकळ्या मनानं आणि मुक्त कंठानं कौतुक करतो,' असं श्वाब नमूद करतो.

सार्वजनिक स्वरूपात आणि खासगीतही कर्मचाऱ्यांची स्तुती करण्यात त्याचा वरिष्ठ अँड्र्यू कार्नेगी हा त्याच्याही दोन पावलं पुढे असल्याचं श्वाबनं लक्षात घेतलं होतं. छोट्या-मोठ्या गोष्टींसाठी कर्मचाऱ्यांवर कौतुकाचा वर्षाव करण्याचा श्वाबचा मार्ग वॉरेननं स्वीकारला. तो एक परिपूर्ण असा 'चिअरलीडर' आहे आणि आपल्या कर्मचाऱ्यांचा सर्वांत मोठा चाहतादेखील आहे. बर्कशायरच्या वार्षिक सभेत आणि वार्षिक अहवालांमध्ये अथवा खासगीत आपल्या व्यवस्थापकांचं कौतुक करण्याची एकही संधी तो सोडत नाही. छोट्या-छोट्या गोष्टींसाठी लोकांचं कौतुक केल्यास ते कौतुक करण्याची यापेक्षा मोठी संधी उपलब्ध करून देतील, हेदेखील वॉरेन श्वाबकडूनच शिकला होता.

मनापासून केलेलं कौतुक ही अशी भेट आहे, ज्यातून आपल्याला सतत मिळतही राहतं, असं वॉरेन मानतो.

१५

चांगल्या प्रतिमेची ताकद

'आपल्या कर्मचाऱ्यांना एक अशी प्रतिमा प्रदान करा,
जिच्या योग्यतेचे ते बनू शकतील आणि संधी मिळताच
त्यांचं कौतुकही करा.'

आपल्या कर्मचाऱ्यांना चांगली प्रतिमा प्रदान करण्याचं महत्त्व वॉरेननं कार्नेगीकडून आत्मसात केलं होतं. हा मुद्दा पटवून देण्यासाठी कार्नेगी आपल्या वाचकांना पुढील कथा सांगायचा.

कंपनीतील एक जुना जाणता व विश्वासू कर्मचारी आपल्या कामाप्रती अत्यंत सुस्त आणि उदासीन असल्याचं व्यवस्थापकाला आढळून आलं. त्याचा परिणाम त्याच्या कामाचं कसब आणि उत्पादकता यांच्यावरही होऊ लागला. व्यवस्थापकानं त्यावर पर्यायांचा विचार केला. त्या जुन्या कर्मचाऱ्याला तो नोकरीवरून काढून टाकू शकत होता; पण त्याच वेळी त्याला त्याचा पर्याय शोधणंदेखील भाग होतं. कर्मचाऱ्याला काढून टाकण्याची भीती दाखविल्यास तो प्रचंड नाराज होण्याची शक्यता होती. त्याऐवजी त्यानं त्या कर्मचाऱ्याशी खासगीत मैत्रीपूर्ण संवाद साधण्याचा पर्याय निवडला. या संवादात व्यवस्थापकानं त्याला तो आपल्या सर्वोत्तम कर्मचाऱ्यांपैकी एक असून, इतर कर्मचाऱ्यांसाठी प्रेरणास्थान असल्याचं लक्षात आणून दिलं. शिवाय, अनेक ग्राहकांनी त्याच्या रचनात्मकतेचं पूर्वी

कौतुक केलं असल्याची जाणीवही त्याला करून दिली. कामाचा दर्जा घसरल्यानं आता आपल्याला त्याच्याबद्दल अत्यंत काळजी वाटते, असंही व्यवस्थापकानं त्याला सांगितलं. या समस्येवर त्यानं कर्मचाऱ्याला उपायही विचारला. कर्मचाऱ्यानं त्यावर कसा प्रतिसाद द्यावा? आपला नावलौकिक लक्षात घेऊन त्या कर्मचाऱ्यानं आपल्या कामाच्या दर्जा आणि उत्पादकतेत सुधारणा तर घडविलीच, शिवाय इतर कर्मचाऱ्यांमध्ये पुन्हा एकदा मानाचं स्थान मिळविलं.

वॉरेन आपल्या व्यवस्थापकांचं कौतुक करतो व ते सर्वोत्तम असल्याचं नमूदही करतो. बर्कशायरच्या शेअरधारकांना लिहिलेल्या पत्रात त्या कौतुकाची नोंद असते. शिवाय बर्कशायरच्या वार्षिक बैठकीत आणि प्रसार माध्यमांना दिल्या जाणाऱ्या मुलाखतीतही तो त्याचा प्रकर्षानं उल्लेख करत असतो. आपल्या व्यवस्थापकांना चांगली प्रतिमा प्रदान करण्याची म्हणजेच सन्मानित करण्याची एकही संधी तो सोडत नाही. ही व्यवस्थापक मंडळी त्यांच्या कामात सर्वोत्तम असल्यानं तसं करणं त्याला सोपंही जातं.

वॉरेनने बोनोला कोणता सल्ला दिला?

आपल्या व्यवस्थापकांना अत्यंत सन्मानानं वागविण्याच्या वॉरेनच्या सिद्धान्तामागील भूमिका त्यानं रॉकस्टार बोनो याला दिलेल्या मोलाच्या सल्ल्यातून स्पष्ट होते. आफ्रिकेतील दारिद्र्यविरोधातील आपल्या लढ्यात सहकार्य मिळविण्यासाठी अमेरिकी नागरिकांना कशा पद्धतीनं प्रेरित करावं, यावर त्याला वॉरेनचा सल्ला हवा होता. वॉरेननं त्याला सल्ला दिला : 'अमेरिकेच्या सदसद्विवेकबुद्धीला कुठलंही आवाहन करू नकोस. त्याऐवजी अमेरिकेच्या महानतेला आवाहन केल्यास तुझा हेतू साध्य होईल.'

व्यक्तीच्या सदसद्विवेकबुद्धीला आवाहन करणं म्हणजे त्या व्यक्तीमधील चूक अथवा बरोबर याविषयीच्या जाणिवेला मार्मिकपणानं आवाहन करण्यासारखं आहे. 'उपासमारीचा सामना करणाऱ्या आफ्रिकेतील गरीब लोकांना मदत करण्याची जर तुझी तयारी नसेल, तर तू माणूस तरी कसा आहेस?...' यासारख्या प्रश्नामुळे आपल्यात अपराधीपणाची भावना निर्माण होत असते. अपराधीपणाची जाणीव करून देणारे लोक आपल्याला आवडत नाहीत. अशा लोकांना शक्यतोवर टाळण्याचे आपले

प्रयत्न असतात, त्यामुळेच वॉरेननं बोनोला अमेरिकी लोकांच्या महानतेच्या भावनेला हात घालण्याचा सल्ला दिला.

लोकांमधील अपराधीपणाच्या भावनेला हात घालणाऱ्या एखाद्या वक्तव्यानं बोनोच्या अमेरिकी रसिकांची नेमकी काय प्रतिक्रिया झाली असती, हे येथे लक्षात घेणं आवश्यक आहे. त्यासाठी एखाद्या वक्तव्याचं उदाहरणच घ्यायचं झाल्यास : 'आफ्रिकेतील जनता उपासमारीनं तडफडत असताना जगाच्या पाठीवरील सर्वाधिक श्रीमंत असे तुम्ही लोक केवळ हातावर हात ठेवून त्यांना त्यांच्या हालअपेष्टांसह सोडून देणार आहात?...' हे झालं लोकांमधील अपराधीपणाच्या भावना जागविणारं वक्तव्य. आता या वक्तव्याची अमेरिकी लोकांच्या महानतेच्या भावनेला हात घालणाऱ्या वक्तव्याशी तुलना करू या. 'तुम्ही जगाच्या पाठीवरील अतिशय बुद्धिमान राष्ट्र आहात. अत्यंत प्रतिकूल परिस्थितीत तुम्ही द्वितीय विश्व युद्ध जिंकलं. तुम्ही अवकाश भेदून माणसाला चंद्रावर दाखल करण्याची अद्वितीय अशी कामगिरी करून दाखविली; पण जेव्हा आफ्रिकेतील पिचलेल्या गरीब जनतेला मदतीचा हात देण्याची समस्या माझ्या पुढ्यात आली, तेव्हा माझ्या मनात विचार आला – मी कोणाकडे मदतीच्या आशेनं बघावं? अचानक मला जाणीव झाली. मी जगातील महान अशा राष्ट्राची मदत घ्यायला हवी. येथील जनताच ही अत्यंत अवघड अशी समस्या सोडवू शकते. अशक्यप्राय गोष्टी साध्य करण्याची ताकद या राष्ट्रात आहे.'

अमेरिकेचा स्वाभिमान, महानता तसेच प्रतिष्ठेची भावना जागविण्याचा सल्ला वॉरेननं बोनोला दिला. एखादी व्यक्तीतील अथवा राष्ट्रामधील सन्मानाची भावना जागविल्यास ते त्याला जागतील, तर अपराधीपणाची भावना जागविल्यास आणि त्यांना लाजिरवाणं केल्यास ते तुमची निराशाच करतील. असे प्रयत्न फारसे फलदायी ठरत नाहीत. इतरांच्या महानतेला आवाहन करणं जसं वॉरेनसाठी उपयुक्त ठरलं, तसंच ते आपल्यासाठीदेखील उपयुक्त ठरेल. कर्मचारी आणि व्यवस्थापक यांना प्रेरित करण्याच्या दृष्टीनं ते उपयुक्त ठरतं, हे येथे सर्वांत महत्त्वाचं आहे.

१६

टीका करण्यातील धोके

'एखाद्यावर टीका करून त्याला प्रेरित अथवा प्रवृत्त करणं, निष्फळ ठरतं, त्यामुळे व्यक्ती बचावात्मक भूमिकेत येते; त्या व्यक्तीच्या बहुमोल अशा आत्मसन्मानाला धक्का बसतो व ती दुखावली जाते. त्यातून तिच्या आत तीव्र नाराजीची भावना तयार होते.'

आपल्यापैकी प्रत्येकालाच अनाहूतपणे होणारी टीका ऐकायला अजिबात आवडत नाही, त्यामुळे संतापाची भावना तयार होते. त्यातून ऐन तारुण्यात आई-वडिलांच्या घरातून बाहेर पडण्याची पाळी आपल्यावर येऊ शकते. विवाह अयशस्वी ठरण्याचं तेही एक कारण ठरू शकतं, तरीही आपल्यापैकी अनेक जण दुसऱ्यांवर अनाहूतपणे टीका करण्याची चूक करतात. विशेषतः आपल्या कामाच्या ठिकाणी असे प्रसंग घडत असतात.

आपल्या व्यवस्थापकांना प्रवृत्त करण्यासाठी त्यांच्यावर टीका करणं, हा मार्ग नसल्याचं वॉरेनला फार पूर्वीच लक्षात आलं होतं, त्यामुळे शाश्वत बदल तर घडत नाहीतच; पण कुठल्याही प्रकारच्या संबंधांमध्ये अडथळे मात्र निर्माण होतात. चुकांबद्दल व्यवस्थापकांवर टीका करण्याऐवजी नेमकं कुठे चुकलं आणि निर्णय घेण्यात चूक कुठे झाली, हे जाणून घेण्याचे त्याचे

प्रयत्न असतात. व्यवस्थापकांकडे आणि त्यांच्या कामाच्या वातावरणाकडे तो लक्ष पुरवतो आणि त्यांच्या जागी तो स्वतःला बघत असतो. जोवर आपले व्यवस्थापक संपूर्ण विचारांती धोके पत्करत असतात, तोवर अधूनमधून झालेल्या चुकांची चैन त्याला परवडते.

चला तर, वॉरेनचं एक उदाहरण पाहू :

डेव्हिड सोकोल हा वॉरेनच्या वरिष्ठ व्यवस्थापकांपैकी एक आहे. त्याच्याकडे बर्कशायरच्या मिड अमेरिकी एनर्जी कंपनीची जबाबदारी आहे. त्याचं झालं असं की, डेव्हिडनं उभारलेल्या कंपनीचा एक प्रकल्प अयशस्वी ठरला. त्या प्रकल्पावर तब्बल ३६० मिलियन डॉलर्सचा खर्च झालेला होता. त्या खर्चाची 'तोटा' म्हणून नोंद करावी लागली. व्यवसायाचा अंदाज घेताना झालेल्या घोडचुकीपायी वॉरेन आता आपली हकालपट्टी करणार, असं डेव्हिडला वाटत होतं. हा सारा प्रकार कानावर आल्यावर वॉरेननं त्याला नोकरीवरून न काढता अथवा त्याची खरडपट्टी न करता त्याला शांतपणानं सांगितलं, 'आपण सारेच चुका करत असतो.' बर्कशायरचा प्रमुख या नात्यानं आपण यापेक्षाही मोठ्या चुका केल्या असल्याचं वॉरेननं सांगितलं. चुकांवर फार काळ विचार करत न बसता त्यापासून शिकण्याचा सल्ला त्यानं डेव्हिडला दिला.

डेव्हिडनं त्या चुकीची पुनरावृत्ती कधीही केली नाही. उलटपक्षी, त्यानं बर्कशायरचा ऊर्जा क्षेत्रातील हा व्यवसाय एका वेगळ्या उंचीवर नेण्याची सर्वोत्तम कामगिरी साधली. ऊर्जा उद्योगातील सर्वाधिक नफा कमावणाऱ्या व्यवसायांमध्ये कंपनीची गणना होते.

पण, जर वॉरेननं त्याची खरडपट्टी काढून त्याच्या मूर्खपणाची थट्टा केली असती; त्याच्यावर टीका केली असती, तर वॉरेन त्याच्या तिरस्कारास पात्र ठरला असता. या परिस्थितीत वॉरेनच्या मिड अमेरिकी एनर्जी कंपनीला सध्याचं आर्थिक शक्तीचं केंद्र म्हणून नावारूपास आणण्यासाठी कंपनीत कायम राहण्याची प्रेरणा त्याला मिळाली असती की नाही, यावर प्रश्नचिन्ह लागलं असतं.

प्रशंसा वैयक्तिक असावी, टीका व्यवस्थेवर अथवा व्यापक अर्थानं करावी

व्यवस्थापकाकडे प्रशंसा (कौतुक) आणि टीका ही दोन महत्त्वाची साधनं असतात, हे वॉरेन जाणून आहे. या साधनांचा योग्य पद्धतीनं वापर केल्यास ते कर्मचाऱ्यांना परिश्रम घेण्यासाठी, सर्जनशील होण्यासाठी तसेच सर्वोत्तम यश साध्य करण्यासाठी प्रेरित करू शकतात. या साधनांचा अयोग्य वापर झाल्यास आकांक्षा, महत्त्वाकांक्षा आणि सर्जनशीलता संपुष्टात येऊन अपयशच पदरात पडणार, हे निश्चित, त्यामुळे प्रशंसा आणि टीकेचा प्रभावी वापर कसा करायचा, हे शिकून घेणं व्यवस्थापकाचं प्राथमिक कार्य असल्याचं वॉरेनला वाटतं. यात एखाद्या उत्पादन विभागातील सहकाऱ्यांना अधिक कार्यक्षम होण्यास प्रेरित करण्याचं कार्य असो वा स्वतःच्या मुलांकडून त्यांचं होमवर्क पूर्ण करून घेण्याचं कार्य, या आव्हानाची पूर्ण जाणीव असलेल्या व्यवस्थापकामध्ये दुसऱ्यांना प्रेरित करण्याची क्षमता असतेच हे नक्की.

प्रशंसा आणि टीका या दोन्ही गोष्टींचा वापर करण्याबाबतीत वॉरेन अत्यंत हुशार आहे. याबाबत त्याचा नियम अगदी साधा सरळ आहे : प्रशंसा वैयक्तिक असावी आणि टीका मात्र व्यवस्थेवर हवी. येथे वॉरेनला नेमकं काय अपेक्षित आहे, हे लक्षात घेऊ या.

आपण सर्वच प्रशंसाप्रिय असतो. प्रशंसा झाल्यानं आपल्याला प्रसन्न तर वाटतच; पण एखादी गोष्ट अधिक उत्तम पद्धतीनं पार पाडण्याची प्रेरणादेखील मिळते. बाल्यावस्थेत पालकांकडून कौतुक व्हावं, यासाठी आपले प्रयत्न असतात. त्यानंतरच्या काळात शिक्षकांकडून तसेच कामाच्या ठिकाणावर आपल्या बॉसकडून प्रशंसा व्हावी, असे आपले प्रयत्न राहतात. आपल्याला प्रशंसेची गरज असते. त्यातून आपण योग्य मार्गानं वाटचाल करत असल्याची आणि त्या मार्गावर कायम राहून अधिक चांगली कामगिरी पार पाडण्याची प्रेरणा मिळत असते.

आपल्यावर झालेली टीका कोणालाही आवडत नाही. एखाद्या कृतीपर अथवा न केलेल्या कृतीबद्दल होणाऱ्या टीकेमुळे आपलं मन खट्टू होतं. बाल्यावस्थेत तसेच प्रौढावस्थेतही आपल्यावर होणारी टीका सहन करण्याची आपली अजिबात तयारी नसते. एखाद्या चुकीमुळे आपल्यावर टीका झाली असून आपल्यासाठी तो योग्य मार्ग नसल्याचा आणि ती चुकीची

कृती थांबविण्याचा, सोडून देण्याचा अथवा काहीतरी वेगळं करण्याचा अर्थ त्यात दडलेला असतो. टीका करणारे लोक बऱ्याचदा आपल्याला आवडत नाहीत. आपण त्यांचं मुळीच ऐकत नाही व त्यांच्याकडे दुर्लक्ष करत असतो.

प्रशंसा केल्यानं आपल्याला झटपट मित्र मिळवता येतील, तर टीका केल्यानं शत्रू तयार होतील.

प्रशंसा आणि टीकेतील परस्पर क्रिया कशी घडते, हे जाणून घेण्याची बऱ्याच व्यवस्थापकांची तयारी नसते.

अधिकाधिक साध्य होण्याच्या दृष्टीने एखाद्या व्यक्तीला प्रेरित करण्यासाठी प्रशंसा आणि टीका या दोन्ही गोष्टींचा खुबीनं वापर, हे वॉरेनच्या महत्त्वाच्या व्यवस्थापन रहस्यांपैकी एक आहे. वॉरेनची सुरुवातच एखाद्याच्या प्रशंसेनं होत असते. छोट्या-मोठ्या अशा दोन्हीही कामगिरींचं तो कौतुकच करतो. आपल्या व्यवस्थापकांची प्रशंसा करण्याची एकही संधी तो सोडत नाही आणि लोकांची नावं लक्षात ठेवून त्यांची नावासह प्रशंसा करण्यात तो कुशल आहे. कारण, आपलं नाव घेऊन होणारी प्रशंसा प्रत्येकालाच सुखावणारी ठरत असते. वॉरेनचा वार्षिक अहवाल चाळल्यास त्यात त्याच्या व्यवस्थापकांची नावासह आणि भरभरून प्रशंसा केल्याचं आढळून येईल. प्रशंसा करण्याच्या बाबतीत तो अतिशय उदार वृत्तीचा आहे.

आपल्या व्यवस्थापकांना तो मोठ्या पदांवर बढती देतो आणि व्यक्तीशः तसेच अहवालातून त्यांच्यावर कौतुकाचा वर्षाव करून त्यांच्यात काही विशेष असल्याची जाणीवही तो निर्माण करतो. केवळ पैसा कमविण्यासाठी आपण काम करत नसतो. ते त्यापेक्षाही बरंच काही आहे, त्यामुळे आपला आत्मसन्मानही वाढतो, त्यामुळे व्यवस्थापकांच्या आदरास आणि विश्वासास पात्र ठरून आपल्या उदार अंतःकरणाचा ठसा उमटविणाऱ्या वॉरेनला त्यांना सल्ला देणं सहज शक्य होतं. येथेही तो छोटीशी क्लृप्ती वापरतो : तो व्यवस्थापकावर कधीही थेट टीका करीत नाही. वॉरेनशी अतिशय दृढसंबंध असलेल्या व्यवस्थापकानं जर त्याला व्यवसायाशी निगडित कल्पनेवर त्याचं मत विचारलं आणि वॉरेनला त्यात फारसं स्वारस्य वाटत नसेल, तर तो त्याला अशा पद्धतीनं सल्ला देतो की, व्यवस्थापकाला त्यावर स्वतःचा निष्कर्ष काढत बसावं लागतं. अशा प्रसंगी प्रतिसाद देण्याची वॉरेनची स्वतःची तऱ्हा आहे. सहसा

व्यवस्थापकाकडून येणारी कल्पना वॉरेन मान्य करून टाकतो आणि ती अत्यंत आकर्षक असल्याचंही तो नमूद करतो. त्याच वेळी आपण स्वतः किंवा अन्य व्यावसायिक यांनी नेमक्या अशाच कल्पनेद्वारे स्वतःवर आपत्ती कशी ओढवून घेतली, याकडेही तो व्यवस्थापकाचं लक्ष वेधतो, त्यामुळे व्यवस्थापकाला त्याचे स्वतःचे निष्कर्ष काढत बसावं लागतं.

व्यापक दृष्टिकोनातून बोलताना वॉरेन हाच सिद्धान्त लागू करतो. एखाद्या बँकेचं संचालन करणाऱ्या व्यक्तीच्या सचोटीचं कौतुक करण्यात तो तत्पर असतो; पण जर तो त्या बँकरवर नाखुश असेल, तर तो केवळ संपूर्ण बँक व्यवसायावर टीका करतो, त्यामुळे बँकरवर लाजीरवाणं होण्याची परिस्थिती टळते आणि कुठलीही कटुता येऊ न देता वॉरेनला त्याचा मुद्दा सहजपणे मांडता येतो.

'व्यक्तीशः प्रशंसा करावी, टीका मात्र व्यवस्थेवर किंवा व्यापक अर्थानं करावी,' असा वॉरेनचा सल्ला असतो.

एखाद्यावर व्यक्तीशः टीका करणं आवश्यक असल्यास सर्वप्रथम त्याची प्रशंसा करा.

व्यक्तिगत टीका मन कलुषित करणारी असते, याची वॉरेनला जाणीव असली तरी तो वास्तववादीदेखील आहे. काही प्रसंगांत टीका टाळता येत नाही, हे तो जाणतो. जेव्हा व्यक्तिगत टीका आवश्यक असते, तेव्हा त्या व्यक्तीसाठी प्रथम प्रशंसेचे चार शब्द वापरायला हवे, हा कार्नेगीनं दिलेला सल्ला तो पाळतो. आपण केलेली टीका ही बहुदा अगदी तत्परतेनं धुडकावून लावली जाते; पण ज्या वेळी ती प्रशंसेनंतर केली जाते, त्या वेळी ऐकणाऱ्याचा कल आपला सल्ला मान्य करण्याकडे असतो.

एखादी व्यक्ती आपलं कौतुक करत असल्यास तिच्याकडे मैत्रीच्या दृष्टीनं पाहिलं जातं. अशी व्यक्ती आपल्याला आवडते. ज्यांचं मत आपल्या दृष्टीनं महत्त्वाचं ठरतं, असे लोक आपल्याला आवडत असतात. विधायक स्वरूपाची टीका ऐकून त्यावर कृतिशील होण्यासाठी आवश्यक असलेला विश्वास कौतुकातून निर्माण होतो.

एका प्रसंगात बर्कशायरच्या संतप्त शेअरधारकांची समजूत काढण्यासाठी वॉरेननं अगदी अशाच पद्धतीनं प्रशंसा आणि टीकेचा खुबीनं वापर केला

होता. बर्कशायरनं पेट्रोचायनात केलेल्या गुंतवणुकीमुळे शेअरधारक संतापले होते. या संतापाचं कारण म्हणजे पेट्रोचायनाची मूळ कंपनी चायना नॅशनल पेट्रोलियम कार्पोरेशननं (सीएनपीसी) सुदानमध्ये गुंतवणूक केली होती. शेअरधारकांनी आपला निषेध नोंदविल्यावर वॉरेननं सुदानमधील परिस्थितीचं गांभीर्य आणि सामाजिक जाणिवेबद्दल त्यांची प्रशंसा केली आणि त्यानंतरच त्यानं त्यांच्या भूमिकेवर टीका केली. पेट्रोचायना ही सीएनपीसीची उपकंपनी असल्यानं बर्कशायर त्यात आपला कुठलाही प्रभाव पाडण्याच्या स्थितीत नाही, हे त्यानं स्पष्टपणे शेअरधारकांना सांगितलं होतं.

कौतुक/टीका असलेली काही उदाहरणं येथे देत आहोत :

१) व्यवसाय : 'जॉनी, तू दैनंदिन मेल हाताळण्याचं काम उत्तम पद्धतीनं पार पाडतो आहेस. यापूर्वी ही जबाबदारी पार पाडणाऱ्या सहकाऱ्याच्या तुलनेनं तू खूपच चांगलं काम करतो आहेस. मी तुझ्या कामावर खूश आहे. मात्र, ग्राहकांना हाताळण्याचा तुझा दृष्टिकोन मला थोडा रूक्ष वाटतो. मी तुला काही सुचवू शकतो काय?'

२) कुटुंब : 'तुझं प्रगती पुस्तक पाहता स्पेलिंगमधील तुझी प्रगती उत्तम आहे आणि हे अतिशय विलक्षण असं आहे. त्याबद्दल मला तुझा अभिमानच वाटतो. मात्र, तुला गणितामध्ये काही अडचणी येत असल्याचं मला जाणवतं आहे. तुझ्या वयाचा असताना मलाही ती समस्या जाणवली होती. या अडचणीतून बाहेर पडण्यासाठी तू माझी मदत मागितली नाहीस, याचंच मला आश्चर्य वाटत होतं.'

नियम अगदी साधासरळ आहे : एखादी गोष्ट तिरस्कारास पात्र असल्यासारखी टीका करायचं टाळा; पण आपल्याला ती करावीच लागणार असेल, तर प्रथम त्या व्यक्तीची प्रशंसा करा आणि नंतर व्यापक अर्थानं टीका करा; पण ते तितके उपयुक्त ठरणार नसेल, तर मग त्या व्यक्तीवर थेट टीका करण्यापूर्वी तुम्ही तिचं कौतुक करायला हवं. हा दृष्टिकोन वॉरेनसाठी उपयुक्त ठरला आणि मधुर प्रशंसेने दार उघडण्याची तयारी असणाऱ्या प्रत्येकासाठी तो उपयुक्तच ठरेल.

१७

वादविवादामध्ये कसे जिंकावे?

'कित्येकदा वादविवाद जिंकण्यासाठी
तुम्हाला हारावं लागतं.'

आपली बाजू पटवून देण्यासाठी वाद टाळले पाहिजेत, हे वॉरेनला सुरुवातीलाच कळून चुकलं होतं. एखाद्याची चूक उघडपणे लक्षात आणून देण्याचा प्रयत्न केल्यास ती व्यक्ती अपमानित होण्याची आणि शेवटी उद्विग्न होण्याची शक्यता असते, हेही तो जाणून होता. वॉरेननं कार्नेगीकडून एक महत्त्वाचा धडा गिरवला होता. तो म्हणजे एखाद्याशी असहमत होण्यापेक्षा त्याच्याशी सहमत होऊन त्याचा विश्वास जिंकणं कधीही चांगलं, त्यामुळे आपल्या कल्पना ऐकून घेण्याची त्या व्यक्तीची तयारी राहील. वॉरेननं हे तत्त्वज्ञान संपूर्णपणे आत्मसात केलं. वादविवाद टाळण्यासाठी तो प्रसिद्धच आहे.

लोकांचं मत आपल्या विरुद्ध असलं, तरी ते ऐकून घेऊन त्यांच्या मतांचा आदर करण्यासाठीदेखील तो ओळखला जातो. इतरांच्या मतांशी सहमत होण्याच्या त्याच्या क्षमतेमुळेच इतर लोक अगदी सहजपणे त्याची बाजू ऐकून घ्यायलाही तयार असतात. समोरच्या व्यक्तीला तुमचं ऐकून घ्यायला तयार करणं, हा कुठलाही वादविवाद जिंकण्याची पहिली पायरी असल्याचं तो जाणतो.

उदाहरणार्थ, शेअर विक्री प्रतिनिधीच्या भूमिकेतील तरुण वॉरेन हा गायको कंपनीचे स्टॉक्स विकायला एखाद्या संभाव्य ग्राहकाकडे गेल्यावर

ग्राहकानं आपल्याला फिलीप मॉरिस कंपनीत रस असल्याचं सांगितलं, तर वॉरेन कशा पद्धतीनं परिस्थिती हाताळणार, हे येथे लक्षात घेण्यासारखं आहे. ग्राहकाशी वाद न घालता तो फिलीप मॉरिस ही सर्वोत्तम कंपनी असून, त्यातील गुंतवणूक ही शहाणपणाचीच ठरणार असल्याच्या मताशी सहमती दर्शविणार, त्यामुळे संभाव्य वादाला जागाच उरणार नाही आणि त्याच वेळी वॉरेनला गायकोच्या सर्वोत्तम वैशिष्ट्यांवर त्याच्याशी चर्चा करण्याची संधीही उपलब्ध होऊ शकेल.

बेंजामिन फ्रँकलीन यांचा प्रभाव

वॉरेन आणि त्याचा सहकारी चार्ली मंगर या दोघांवरही अमेरिकेचे जनक बेंजामिन फ्रँकलीन यांच्या विचारांचा मोठा पगडा आहे. बर्कशायर शेअरधारकांच्या बैठका आणि वार्षिक अहवालांमध्ये दोघेही आपल्या व्यवसायावर आणि जीवनतत्त्वज्ञानावर फ्रँकलीन यांचा प्रभाव उद्‌धृत करत असतात, त्यामुळे लोकांनी आपल्या कल्पना ऐकून घेण्यासाठी वादविवाद टाळून वॉरेननं इतरांच्या मतांचा सन्मान करण्याच्या फ्रँकलीन रणनीतीचा अवलंब करण्यात वावगं काहीच नाही. या मुद्यावर वॉरेनवर प्रभाव पाडणाऱ्या फ्रँकलीन यांच्या आत्मचरित्रातील काही अंश येथे आम्ही उद्‌धृत करत आहोत.

फ्रँकलीन नमूद करतात :

> दुसऱ्यांचे भावनात्मक मुद्दे सरळसरळ खोडून काढायचे नाहीत आणि आपलं प्रांजळ मत मांडताना संयम राखायचा हा नियम मी स्वतःवर लागू केलाय. मी निश्चित असं मत व्यक्त करणाऱ्या कोणत्याही शब्दाचा वापर करायला किंवा व्यक्त होण्याला स्वतःला मनाई केलीय. जसं 'नक्कीच', 'निःसंशय' आदी. त्याऐवजी मी एखाद्या गोष्टीबद्दल 'मी असा विचार करतो', 'मी असं समजतो' किंवा 'माझी अशी कल्पना आहे' किंवा 'सध्यातरी मला असं वाटतंय' अशा पद्धतीनं संवाद साधतो. जेव्हा एखाद्याचं मत माझ्या दृष्टीनं चुकीचं ठरतं, तेव्हा मी ते लगेच खोडून काढण्याचा मोह टाळतो. त्यातील निरर्थकता मी लगेच दाखवून देत नाही.

त्याला उत्तर देताना मी माझं निरीक्षण मांडून मग सुरुवात करतो. काही बाबतीत किंवा परिस्थितीत त्याचं मत योग्यही असू शकेल; पण आताच्या बाबतीत परिस्थिती वेगळी आहे, याकडे मी लक्ष वेधतो. माझ्या वागण्यातील या बदलांचे फायदे मला लवकरच दिसून आले. संवाद अधिक प्रसन्नतेनं होऊ लागले. अगदी शालीनतेनं मांडलेल्या माझ्या मतांना विनाअडथळा सकारात्मक प्रतिसाद मिळू लागला. माझी चूक असताना त्यावर खजील होण्याचा प्रसंग माझ्यावर फारसा आला नाहीच; पण त्याच वेळी माझं म्हणणं योग्य असताना इतरांच्या चुका सोडून देऊन त्यांची साथ मिळवणंदेखील मला सहज शक्य होत गेलं.

या दृष्टिकोनाचा परिणाम म्हणूनच देशवासियांना आपल्या कल्पना अनुसरायला लावणं आपल्याला शक्य झाल्याचं फ्रँकलीन नमूद करतात. इतरांना आपली बाजू ऐकून घेण्यास बाध्य करण्यासाठी वाद टाळून त्यांची मतं मान्य करण्यामागील रहस्य वॉरेन जाणतो. आपलं नशीब घडविण्याचे आणि महान राष्ट्राच्या उभारणीचे आपले प्रयत्न असल्यास हे कौशल्य साह्यभूत ठरतं.

१८

इतरांच्या इच्छांकडे आणि गरजांकडे लक्ष द्या

एखाद्यानं अमूक गोष्ट करावी, असं आपल्याला वाटत असेल, तर आपल्याला काय हवंय या दृष्टिकोनातून विचार करायचं सोडून द्या आणि त्यांना काय हवंय, या पद्धतीनं विचार करायला लागा.

व्यवस्थापक आणि व्यवसायाचा मालक म्हणून यशस्वी ठरण्यासाठी आपल्या व्यवस्थापकांच्या इच्छा किंवा गरजा काय आहेत, हे जाणून घेऊन त्यावर त्यांच्याशी बोलण्याचं रहस्य वॉरेन जाणतो.

या क्षेत्रात सुरुवातीच्या काळात वॉरेनवर प्रभाव पाडणाऱ्या व्यक्तींपैकी एक म्हणजे विसाव्या शतकातील महान उद्योगपती हेन्री फोर्ड. यशाचं जर काही रहस्य असेल, तर ते दुसऱ्या व्यक्तीचा दृष्टिकोन जाणून घेण्याची आपली क्षमता आणि गोष्टींकडे समोरच्या तसेच आपल्या स्वतःच्या दृष्टिकोनातून बघणं हे आहे, असं फोर्डनं आपल्या आत्मचरित्रात नमूद करून ठेवलंय.

वॉरेननं ही कल्पना आपल्या कौटुंबिक आणि व्यावसायिक जीवनातही समाविष्ट केलीय. आपल्या मुलांनी काहीतरी करण्याची, त्यांचं वर्तन सुधारण्याची अपेक्षा करताना तो त्यांना टाकून बोलत नसे की त्यांच्यावर टीकाही करत नसे. त्याऐवजी वॉरेन त्यांच्या इच्छांवर लक्ष केंद्रित करत असे. जर आपल्या मुलांनी वजन कमी करावं असं त्याला वाटत असेल तर तो वजन कमी करण्यासाठी बक्षिसाची घोषणा करत असे, कारण किशोरवयात प्रत्येकालाच पैशांची इच्छा असते.

बर्कशायर हॅथवेच्या वतीनं एखादा खासगी व्यवसाय खरेदी करताना वॉरेन कंपनीच्या मालकाशी त्या व्यवसायासाठी अभिमानास्पद ठरलेल्या बाबींवर संवाद साधतो. कंपनी विकून जास्तीत जास्त पैसे मिळविण्याचे मालकाचे स्वाभाविक प्रयत्न राहणार असतील, तरी ती विकल्यावर कंपनीच्या निष्ठावान कर्मचाऱ्यांची योग्य ती काळजी घेण्याची खात्रीही त्याला हवी असते. कंपनीचे छोट्या छोट्या भागांमध्ये विभाजन करून ते विकण्याची पद्धत अवलंबण्यात येऊ नये, अशा मालकांच्या अपेक्षा वॉरेन जाणतो. अशा व्यवसायांच्या मालकांना इतर कंपन्या तसेच कर्जबाजारी कंपन्यांचं संपादन करणाऱ्या कंपन्यांकडून चांगल्या किमतीचे प्रस्ताव मिळाले असले, तरीही वॉरेननं आजवर अशा डझनावर व्यावसायिकांना अक्षरशः भुरळ घातली आहे. नेब्रास्का फर्निचर मार्टच्या मालक रोझ ब्लमकिन यांच्यापुढे एका जर्मन समूहानं संपूर्ण कंपनीच्या खरेदीसाठी ऐंशी मिलियन डॉलर्सच्या रकमेचा प्रस्ताव ठेवला होता. ब्लमकिन यांना पैसा तर हवाच होता; पण स्वतः उभारलेल्या आणि अत्यंत प्रिय असलेल्या व्यवसायाचं संचालन सोडून देणं, त्यांना रुचत नव्हतं, त्यामुळे जर्मन समूहाला व्यवसाय न विकता त्यातील ९० टक्के हिस्सा त्यांनी चाळीस मिलियन डॉलर्समध्ये वॉरेनला विकला. श्रीमती ब्लमकिन आणि त्यांची मुलं या व्यवसायात कायम राहून यापुढंही व्यवसायाचा कारभार पाहतील, यासाठी वॉरेन तयार झाला. वॉरेनला उत्तम किमतीत सर्वोत्तम व्यवसायही मिळवता आलाच; पण तोदेखील अत्यंत हुशार श्रीमती ब्लमकिन आणि त्यांच्या सर्वोत्तम सहकाऱ्यांसह! श्रीमती ब्लमकिन यांच्याशी त्यांच्या गरजांबद्दल संवाद साधल्यानं वॉरेनला हे सारं शक्य झालं होतं.

फ्लाइटसेफ्टीचा संस्थापक आणि चेअरमन ए. एल. यूएल्टस्की यानं त्याची कंपनी एखाद्या कर्जबाजारी कंपन्या खरेदी करणाऱ्या कंपनीला विकली असती, तर त्याला अधिक पैसा मिळाला असता. तथापि, वॉरेननं त्याच्या गरजा लक्षात घेऊन त्याला सर्वच दृष्टीनं लाभदायक असा सर्वोत्तम प्रस्ताव दिला. कंपनीसाठी त्यानं उत्तम किंमत तर दिलीच, शिवाय त्यानं यूएल्टस्कीला अत्यंत प्रिय असलेल्या फ्लाइटसेफ्टी कंपनीचं संचालन यापुढेही सुरूच ठेवण्याची संधीही दिली. आता यात वॉरेनला काय मिळालं? तर त्याला उत्तम किमतीत आणि हुशार व्यक्तीकडून चालविला जाणारा सर्वोत्तम असा व्यवसाय मिळवता आला. यापेक्षा आणखी काय चांगलं मिळू शकतं?

१९

योग्य विचार करण्यासाठी इतरांना प्रोत्साहन द्या

समोरच्या व्यक्तीला योग्य विचार सांगणं सोपं आहे,
परंतु तिला योग्य विचार करण्यासाठी प्रेरित करणं
जास्त शक्तिशाली असते.

लोकांची नियुक्ती करताना त्यांच्यापुढे कामाचं स्वरूप स्पष्ट न करण्यात वॉरेन प्रसिद्धच आहे. त्याऐवजी तो त्यांनाच स्वतःचे लक्ष्य आणि मानकं (standards) निश्चित करण्याची मुभा देत असतो. त्यामुळे त्याच्याकडून निश्चित ठरणाऱ्या लक्ष्याच्या तुलनेनं ते वरचं असतं. तो जरी आपल्या नेमक्या अपेक्षा मांडत नसला तरी त्या मोठ्याच असतात, याची सर्वांनाच जाणीव असल्याचं त्याचे व्यवस्थापक सांगू शकतील. त्याच्या अपेक्षा मोठ्या असल्याचं त्याच्या मौनातूनच व्यवस्थापकांना स्पष्ट होत जातं आणि हे वास्तवच त्यांच्या कामगिरीस चालना देत असतं.

एखादी गोष्ट एखाद्याला करायला सांगितली की, तो आदेश ठरतो. कुणालाही आदेश आवडत नसतात. आपल्याला आदेश देणाऱ्या कुणाचाही आपण स्वाभाविकपणे विरोध करत असतो. तथापि, ती जर आपली कल्पना असेल, तर ती आपण एखादं वचन म्हणूनच मानतो आणि त्यावर दृढनिश्चयानं आणि श्रद्धेनं काम करायला लागतो. परिस्थिती आपल्या नियंत्रणात असते.

यासंदर्भात कार्नेगी हा नेहमी एका ऑटो डिलरकडील विक्री व्यवस्थापकांची प्रेरणादायी कथा सांगत असे. ती कथा हे याचं अत्यंत उत्तम उदाहरण आहे. आपल्या विक्री विभागातील कर्मचाऱ्यांना प्रेरित करण्याचे अनेक प्रयत्न फोल ठरल्यावर व्यवस्थापकानं कर्मचाऱ्यांना एकत्र बोलावून व्यवस्थापक या नात्यानं त्यांना त्याच्याकडून असलेल्या अपेक्षा विचारल्या. कर्मचाऱ्यांकडून येणारी उत्तरे ऐकून व्यवस्थापकानं फळ्यावर लिहून काढली. त्यानंतर व्यवस्थापकानं 'मी आपल्याकडून काय अपेक्षा करू शकतो,' असंही कर्मचाऱ्यांना विचारलं. त्यावर कर्मचाऱ्यांनी लगेचच आपलं मत मांडलं. 'आपण आमच्याकडून प्रामाणिक आणि मेहनती सहकाऱ्यांची अपेक्षा करू शकता आणि आम्ही त्या दृष्टीनं पुढाकार घेऊन सकारात्मक भूमिका घेऊ,' असंही कर्मचाऱ्यांनी स्पष्ट केलं. कर्मचाऱ्यांनीच स्वतःची मानकं निश्चित केली. कर्मचाऱ्यांनी दिलेल्या आश्वासनावर ते केवळ खरे उतरले नाहीत, तर त्यांनी त्यापेक्षाही उत्तम अशी विक्रमी कामगिरी करून दाखवली.

ही अतिशय साधी संकल्पना असून, आपल्या दैनंदिन जीवनात ती सहजपणे अमलात आणता येते.

येथे काही उदाहरणं देत आहोत :

एखादी गोष्ट न करण्याचे आदेश देण्याऐवजी ते करण्याचे नकारात्मक परिणाम उदाहरणं देऊन स्पष्ट करता येतात. तलावात पोहू नका असं बजावण्यापेक्षा तलावात मोठमोठ्या मगरी आहेत आणि त्यांना लहान मुले खायला आवडतात, अशा पद्धतीनं सांगणं योग्य ठरतं. यामुळे मूल विचारप्रवण होऊन मगरींच्या भीतीनं तलावात पोहायला धजावणार नाही.

एखाद्याला एखादी गोष्ट करण्याचे आदेश देण्याऐवजी ते करण्यामागील सकारात्मक परिणाम स्पष्ट करता येतील. वस्तूंचं उत्पादन वाढायलाच हवं असं सांगण्याऐवजी उत्पादन वाढवता आलं, तर मला आनंद होईल आणि ख्रिसमसला मी अधिक बोनस देऊ शकेन असंही लक्षात आणून देता येईल. त्यामुळे उत्पादन वाढल्यास व्यवस्थापक खूश होईल आणि ख्रिसमसला अधिक प्रमाणात बोनस मिळू शकेल, याची जाणीव कामगारांमध्ये निर्माण होईल.

आपल्या मुलांना प्रेरित करण्यासाठीदेखील ही पद्धत वापरता येईल. मुलांच्या शाळेचं सत्र सुरू होण्यापूर्वी त्यांच्याशी चर्चा करा आणि आगामी वर्षात आपल्याकडून त्यांच्या काय अपेक्षा आहेत हे जाणून घ्या. त्या अपेक्षांवर त्यांच्याशी चर्चा करा. त्या अपेक्षा आपल्याला सहज आणि योग्य

वाटत असल्यास त्यांच्याशी सहमत व्हा. आपण मुलांकडून कोणत्या अपेक्षा करू शकता, हेदेखील मुलांकडूनच जाणून घ्या. मुलांच्या स्वतःकडूनही किती मोठ्या अपेक्षा असतात, हे जाणून घेतल्यावर आपल्यालाही कदाचित आश्चर्य वाटेल.

थेट आदेश देण्याऐवजी प्रश्न विचारा

आताच आम्ही नमूद केल्याप्रमाणं वॉरेन हा त्याच्या व्यवस्थापकांमध्ये थेट आदेश न देण्यासाठी प्रसिद्ध आहे. तो असंख्य प्रश्न विचारण्यासाठीही ओळखला जातो.

सूचना घेणं, थेट आदेश मिळणं, हे कोणालाही आवडत नसल्याचं वॉरेन ओळखतो. बॉसगिरी करणारे व्यवस्थापक सहसा तिरस्कारास पात्र ठरतात. ते कामगारांना चांगल्या कामगिरीस प्रेरित करण्याची शक्यता कमीच असते. थेट आदेश लष्करात चालत असतात; पण नागरी जीवनात त्यामुळे कटुता निर्माण होते व त्याचा परिणाम कामगिरीवर होतो.

सर्वोत्तम व्यवस्थापक हे एखादी गोष्ट सुचविण्याच्या मार्गानं अप्रत्यक्ष आदेश देत असतात, हे वॉरेन जाणून असतो. गोष्ट सुचविण्यासाठी केवळ प्रश्न विचारण्याचा मार्गही वापरता येतो. प्रश्न विचारल्यानं आपल्या सूचना मनाला अधिक रुचतात आणि एखादी समस्या सोडविण्यासाठी स्वतःच्या कल्पना मांडण्याचं उत्तेजन कर्मचाऱ्यांना मिळतं. आपण इतरांच्या कल्पनांपेक्षा स्वतःच्या कल्पनांवर अधिक कार्यतत्पर होतो. विशेषतः आपल्याला आदेश दिले जातात, अशा वेळी हे प्रकर्षानं घडतं. लोकांना त्यांच्या समस्या स्वतःच सोडवू देणं, हे नेहमीच योग्य ठरतं. ते जर शक्य नसेल, तर त्यांना प्रश्नांच्या स्वरूपात सूचना करून काही प्रमाणात योग्य दिशा दाखविण्याचे प्रयत्न व्हायला हवेत.

कर्मचारी दुखावले जातील, अशा थेट आदेशाचं रूपांतर सल्ल्यामध्ये करण्यासाठी प्रश्नाचा कसा खुबीनं वापर करायचा, याची काही उदाहरणं येथे देत आहोत. यामुळे ते स्वतःच काम करण्यास प्रेरित होतील :

थेट आदेश : ''ते काम सोमवारपर्यंत पूर्ण व्हायला हवं.''

सल्ला : ''ते काम सोमवारपर्यंत पूर्ण करता आल्यास उत्तम होईल. त्यासाठी आपल्याकडे एखादा उपाय आहे का?''

थेट आदेश : ''गाडीचा वेग कमी करा, तुम्ही अतिवेगानं चालवत आहात!''

सल्ला : ''रस्ते अतिशय निसरडे आहेत; आपल्याला असं वाटतं का की, गाडीचा वेग कमी ठेवल्यास आपण सुरक्षित राहू?''

थेट आदेश : ''ते करण्याची ही पद्धत नाही.''

सल्ला : ''ते करण्याची दुसरी चांगली पद्धत तुला सुचतेय का?''

थेट आदेश : ''तू ते या पद्धतीनंच करणं मला अपेक्षित आहे.''

सल्ला : ''आपण ते या पद्धतीनं केलं, तर उत्तम ठरेल, असं तुला नाही वाटत?''

थेट आदेश : ''आपण जेव्हा प्राणिसंग्रहालयात जाऊ, तेव्हा तुला माझ्या सोबतच राहायचं आहे.''

सल्ला : ''आपण जेव्हा प्राणिसंग्रहालयात जाऊ, तेव्हा तू माझ्यासोबतच का राहायला हवं, याचं काय कारण असेल असं तुला वाटतं?''

वॉरेन क्वचितच थेट आदेश देत असतो; परंतु तो त्याच्या व्यवस्थापकांवर प्रश्नांचा भडिमार करण्यासाठी प्रसिद्ध आहे. ते का, हे आता आपल्या लक्षात आलंच असेल.

२०

प्रत्येक जण चुका करतो – याचा स्वीकार करा!

आपण जेव्हा चुकीचे असतो, तेव्हा आपल्याला हे ताबडतोब आणि निश्चयानं स्वीकारायला हवं.

लोकांनी चुकांची कबुली मोकळ्या मनानं, लगेच आणि स्पष्टपणे द्यायला हवी, असं वॉरेनला वाटतं; पण तसं होणार नसेल तर आपण काहीतरी लपवाछपवी करत आहोत किंवा आपल्यामध्ये चुका मान्य करण्याचं धाडस आणि प्रामाणिकपणा नसल्याचा समज निर्माण होऊ शकतो. अशा वर्तनामुळे लोकांच्या मनात आपल्याबद्दल अविश्वासाची भावना निर्माण होऊ शकते. एखाद्याचे निर्णय नेहमीच अचूक ठरणार असतील, तर तो सहसा लोकांना आवडत नाही. त्याचप्रमाणे जे लोक आपली चूक कबूल करायला तयार नसतात, असेही लोक इतरांना आवडत नाहीत. तसंच जर ते चुका मान्य करणार नसतील, तर मग ते नेमकी कशाबद्दल लपवाछपवी करताहेत, असा प्रश्न निर्माण होतो. कदाचित, त्यांची ही लपवाछपवी अकाउंटिंग बुक्ससंदर्भात असू शकेल?

चुका मान्य न करणारे अथवा त्या मान्य करण्यास नकार देणारे व्यवस्थापक कर्मचाऱ्यांमधील अविश्वासाचं वातावरण वाढीस लागण्यास

कारणीभूत ठरतात. ते आदरास अथवा अनुसरणास पात्र ठरत नाहीत. ते व्यवस्थापनाच्या शिफारसी आणि मार्गदर्शन यांबद्दल अधिक शंकेखोर बनतात.

आपण केलेल्या कुठल्याही किंवा सर्वच चुका मान्य करण्याच्या बाबतीत वॉरेनच नेहमीच पुढे असतो. चुका घडल्यास त्या शेअरधारकांपुढे मान्य करण्यात तो अग्रेसरच राहतो आणि त्यासाठीच तो त्यांना आवडतो. काही आयरीश बँकांमध्ये त्यानं केलेल्या चुकीच्या गुंतवणुकीमुळे बर्कशायरला शेकडो मिलियनचा फटका बसला. त्या वेळी त्यानं पुढे येऊन आपल्या चुकीची मोकळेपणानं कबुली दिली होती. तेलाची किंमत प्रती बॅरल १४० डॉलर्स असताना कॉन्कोफिलिप्स या तेल कंपनीत गुंतवणूक करण्याच्या त्याच्या चुकीचा बर्कशायरला २ अब्ज डॉलर्सचा आर्थिक फटका बसला. तथापि, बर्कशायरच्या शेअरधारकांपुढे ही चूक मान्य करताना त्यानं एक क्षणही मागेपुढे पाहिलं नाही. त्याचा दोष त्यानं दुसऱ्याच्या माथी मारला नाही किंवा इतरांनीही त्याच चुका केल्याचं कधी सांगितलं नाही. आपला निर्णय चुकला आणि ती आपली चूक होती, एवढंच त्यानं सांगितलं.

आपल्या चुका कबूल करून आणि त्यासाठी सदैव तत्पर राहून वॉरेन कर्मचाऱ्यांचा तसेच शेअरधारकांचा विश्वास संपादन करतो. त्याचबरोबर तो प्रभावशाली व्यक्तींच्या बाबतीत पूर्वापार उद्भवणारे राजकीय दुष्परिणामही टाळतो.

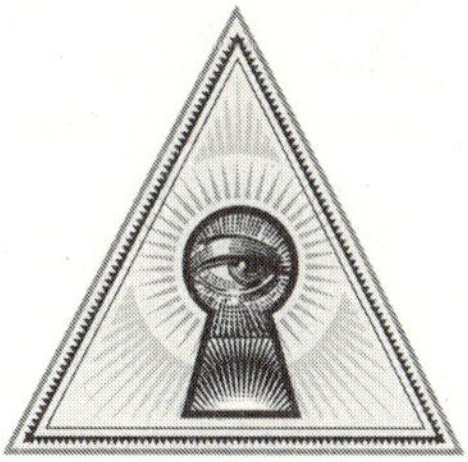

पाचवी पायरी

संभाव्य व्यवस्थापकीय धोके, आव्हाने आणि शिकण्याच्या संधी

या पुस्तकातील अखेरच्या प्रकरणांमध्ये वॉरेनच्या काही महत्त्वाच्या प्रमाणभूत तत्त्वांचा समावेश करण्यात आलेला आहे. त्यात अवाजवी प्रमाणात कर्ज घेण्यातील धोके, कर्मचाऱ्यांकडून कायद्याची पायमल्ली, चांगल्या विचारांचे चुकीचे परिणाम, चुका करणे, खुशामतखोरांना हाताळणे, निसटलेल्या संधी, पुढच्या वाटचालींचा अंदाज घेणे आणि आपल्या स्वतःच्या जीवनाचं व्यवस्थापन करण्यासाठी उपयुक्त ठरणाऱ्या मार्गदर्शनाचा समावेश करण्यात आलेला आहे. ही तत्त्वं कठीण परिस्थितीत आलेल्या व्यक्तिगत अनुभवांतून मांडली गेली आहेत. त्यांचा काळजीपूर्वक आणि सारासार विचार करा. व्यवस्थापकीय अडचणींपासून ती आपल्याला केवळ दूर ठेवणार नाहीत, तर त्यातून बाहेर पडण्यास त्यांचे साहाय्यदेखील होईल.

२१

कर्जाऊ पैशावर जगण्यातील छुपे धोके

'व्यवसायाच्या मार्गात अगणित खाचखळगे असतात.
ते टाळण्यासाठी आपत्ती निवारणाच्या
योजनेची गरज असते.'

– वॉरेन बफे

कर्जाच्या माध्यमातून भरपूर पैसा उभारावा लागणाऱ्या व्यवसायांचे व्यवस्थापक भविष्यातील आर्थिक अडचणींची शक्यता गृहीत न धरता एक प्रकारे जुगार खेळत असतात. कारण, त्यातून पुढे येणाऱ्या कुठल्याच आर्थिक अडचणी टाळता येत नाहीत. व्यवसायाच्या योजनेत अडचणी टाळण्याचे उपाय गरजेचे असतात. मात्र, इतर गुंतवणुकीच्या तुलनेत कर्जाचे प्रमाण मोठे असल्यास उत्तम पद्धतीनं चालविल्या जाणाऱ्या व्यवसायांनादेखील अडचणी कायमस्वरूपी टाळता येत नाहीत. नेमक्या याच कारणांपायी दर वीस वर्षांनी बँकांपुढे मोठं संकट निर्माण झालेलं आपल्याला बघायला मिळतं. बँका या 'लिव्हरेज'चे राजे असतात. कर्जाऊ पैसे देण्यासाठी बँकांना ते उधार घ्यावे लागतात. त्यातील बराचसा पैसा अल्पमुदतीवर घेतलेला असतो आणि तो दीर्घमुदतीच्या कर्जाच्या स्वरूपात दिला जातो; पण ज्या वेळी बँकेला अल्पमुदतीवर पत पुरवठा करणाऱ्या लोकांना त्यांचे पैसे परत द्यावे लागतात, त्या वेळी बँकेपुढे मोठी अडचण

निर्माण होते. त्यांना पैसे परत करता येत नाहीत आणि येथूनच खऱ्या गोंधळाला सुरुवात होते.

आर्थिक बदल घडवून त्यातून भरपूर संधी उपलब्ध होऊ शकतात; पण त्यासाठी आपल्याकडे त्याचा फायदा घेण्यासाठी मोठ्या प्रमाणात रोकड उपलब्ध असायला हवी. जास्त प्रमाणात कर्ज असेल, तर आर्थिक बदलदेखील अनर्थकारी ठरू शकतात. आर्थिक बदल हा जीवनाचा भाग आहे. ते यापूर्वीही होते आणि पुढेही राहतील.

''लिव्हरेज' खूपच मोहक असतं आणि नेहमीच
अडचणीत आणतं.'
– वॉरेन बफे

'लिव्हरेज'मुळे कोणत्याही व्यवसायाची कामगिरी अचानक सुधारण्यात मदत होऊ शकते; पण त्याचा वापर कसा करायचा, याची व्यवस्थापकाला जाण असायला हवी. 'लिव्हरेज'च्या या फायद्यामुळेच त्याची भुरळ पडते.

उदाहरणार्थ असं गृहीत धरा की, सामान्य परिस्थितीत एखाद्या वर्षी कोणतंही कर्ज न घेता ६ मिलियन डॉलर्सचा नफा आपण मिळवला आहे आणि आता आपल्याला १०० मिलियन डॉलर्सची गुंतवणूक करून वर्षाकाठी १५ मिलियन डॉलर्स कमावण्याचा व्यावसायिक प्रस्ताव अथवा संधी चालून आली आहे. हे फारच आश्वासक वाटू शकतं; पण खरी गोम इथेच आहे. या योजनेवर खर्च करण्यासाठी आपल्या कंपनीकडे १०० मिलियन डॉलर्स नाहीत. अशा वेळी दरवर्षी १० मिलियन डॉलर्सचं व्याज भरण्याची आपली तयारी असल्यास वॉलस्ट्रीटवरील बँका १०० मिलियन डॉलर्सचं कर्ज पुरवण्यास अतिशय उत्सुक असतात. याचाच अर्थ १० मिलियन डॉलर्सचं व्याज भरल्यावर आपल्याला नव्या व्यवसायात ५ मिलियन डॉलर्सचा निव्वळ नफा मिळेल. यात जुन्या व्यवसायातील ६ मिलियन डॉलर्सचा नफा समाविष्ट केल्यास आपल्या कंपनीची कमाई ११ मिलियन डॉलर्सपर्यंत वाढेल. अशा पद्धतीनं एखादा व्यावसायिक करार पार पाडून कंपनीची कमाई जवळपास दुप्पटीनं वाढणार असेल, तर या

कामगिरीसाठी वर्षाअखेर मोठ्या बोनसचा लाभार्थी कोण ठरू शकेल? व्यवसायाचं व्यवस्थापन अतिशय उत्तम पद्धतीनं पार पाडल्याबद्दल बोनसचे लाभार्थी आपणच ठराल.

इकडे वॉल स्ट्रीट इन्व्हेस्टमेंट बँकेनं कमाईसाठी 'लिव्हरेज'च्या खेळाचा कसा कमालीचा वापर करून घेतला, हे येथे समजून घेणं आवश्यक आहे. बँकेकडून ५ टक्के व्याजावर तब्बल १०० अब्ज डॉलर्सचं अल्पमुदत कर्ज घेतलं जातं. त्यानंतर बँक त्या पैशातून ७ टक्के दरानं दीर्घकालीन मुदतीचा कर्जपुरवठा करते. त्यातून बँक अचानक २ अब्ज डॉलर्सच्या वार्षिक नफ्याची घसघशीत कमाई साध्य करते आणि आर्थिक विषयांसंबंधीच्या वर्तमानपत्रांमध्ये आपल्या ५० मिलियन डॉलर्सच्या वेतनाची चर्चा होत असते.

त्यामुळे जास्तीत जास्त कर्ज घेऊन त्याचा वापर नफावाढीसाठी करण्याकडे व्यवस्थापक मंडळींचा कल का असतो, हे आपल्या लक्षात आलं असेल.

तथापि, यातच खरी गोम आहे. ती म्हणजे मंदीचं संकट निर्माण होऊन कंपनीच्या उत्पन्नात अचानक घट झाल्यास आणि त्यामुळे आपल्याला कर्जाची परतफेड करणेही अशक्य झाल्यास नेमकं काय होणार? अशा परिस्थितीत आपल्याला अर्थव्यवस्था आणि व्यवसाय रूळावर येईपर्यंत कंपनीकडे जी काही आर्थिक संसाधनं आहेत, त्यांचा वापर करावा लागणार किंवा शेवटी कंपनी दिवाळखोरीत काढावी लागणार. ज्या वेळी एखाद्या कंपनीत दिवाळखोरी जाहीर करण्याचा विचार सुरू होतो, त्या वेळी सहसा कंपनीच्या जुन्या व्यवस्थापनावर पायउतार होण्याची वेळ येते.

तथापि, जर कंपनीनं १०० मिलियन डॉलर्सचं कर्ज घेतलं नसतं, तर मंदीच्या काळात कंपनीला किमान मागणीच्या नव्या स्तरापर्यंत त्यांचं उत्पादन कमी करता आलं असतं आणि या स्तरावरूनच कंपनीला पुन्हा कमाईला सुरुवात करता आली असती. हो; पण या परिस्थितीत कंपनीतील लोकांना त्यांच्या नोकऱ्या गमवाव्या लागल्या असत्या. मात्र, कंपनीच्या अस्तित्वावर प्रश्नचिन्ह लागलं नसतं.

पन्नास आणि साठच्या दशकांत एखाद्या कंपनीचा विचार करताना कंपनीनं महामंदीचा सामना कसा केला? असा प्रश्न वॉरेनकडून नेहमीच विचारला जाई. मंदीच्या काळात कंपनीची कामगिरी उत्तम राहिली का? की

ती मंदीचा सामना करण्यात अपयशी ठरली? ही माहिती जाणून घेतल्यावर त्याला कंपनीची ऐतिहासिक पार्श्वभूमी आणि कर्जाच्या वापराची गरज लक्षात येई. वॉरेन आताही कंपनीची दीर्घकालीन ऐतिहासिक कामगिरी लक्षात घेतो. त्याची सर्वाधिक गुंतवणूक असलेल्या कोका-कोला आणि वेल्स फार्गो यांसारख्या कंपन्यांना शंभर वर्षांचा इतिहास लाभला असल्याचा उल्लेख तो नेहमी करतो. हे असे व्यवसाय आहेत जे केवळ जागतिक मंदीतच टिकून राहिले नाहीत, तर ते अलीकडच्या काळातील मंदीतही टिकाव धरून आहेत; पण तरीही आपल्या कंपन्यांवर कर्जाचं ओझं किती प्रमाणात आहे, यावर वॉरेन बारीक लक्ष ठेवतो. कारण, कर्जाच्या ओझ्यामुळे कठीण काळात सर्वोत्तम व्यवसायांचीदेखील वाताहत होऊ शकते, हे तो जाणतो.

वॉरेनच्या स्वतःच्या बर्कशायर हॅथवेनं बऱ्याच काळापासून कर्जाचा विळखा टाळलाय. रोखीनं व्यवहार करणं शक्य होत नसेल, तर तो त्यात रस दाखवत नाही. किंबहुना, चांगली किंमत मिळणार नसेल, तर तो रोख रक्कम जमा होऊ देतो. त्यातून बर्कशायरला कठीण काळात स्वतःला सावरण्यात मदत होत असते. २००९च्या जागतिक मंदीच्या संकटकाळात बर्कशायरवर अत्यल्प स्वरूपाचं कर्ज होतं आणि भरभक्कम अशी २० बिलियन डॉलर्सची रोख रक्कम उपलब्ध होती, त्यामुळे वॉरेन बऱ्यापैकी चिंतामुक्त होता. शिवाय, मंदीमुळे घसरलेल्या स्टॉक्सच्या किमतींचा फायदा उठविण्याचं आर्थिक बळही त्याला प्राप्त झालं होतं.

कंपनीच्या कमाईत सुधारणा करण्यासाठी कर्जाचा पर्याय वापरण्यात वॉरेनसारखे जुन्या धाटणीचे व्यवस्थापक अनुत्सुक असतात. कारण, त्यांनी कठीण काळ पाहिलेला असतो व त्याची झळही सोसलेली असते. मागील काही वर्षांत झटपट पैसा, झटपट पदोन्नती आणि भरभक्कम बोनसच्या नादात नव्या पिढीनं कर्जाचे डोंगर होऊ दिले आहेत. २००९च्या जागतिक मंदीच्या तडाख्यानं अनेकांवर गंभीर स्वरूपाचं आर्थिक संकट निर्माण झालं आणि त्यांचं औटघटकेचं यशस्वी करिअर अचानकच संपुष्टात आलं.

कधी कधी जुन्याजाणत्या अनुभवी लोकांना सर्व क्लृप्त्या माहिती असतात, हे येथे लक्षात घ्यायला हवं.

२२

चांगले विचार नेहमीच फलदायी ठरतात का?

'वाईट विचारापेक्षा चांगल्या विचारामुळे तुम्ही जास्त अडचणीत येऊ शकता.'

– वॉरेन बफे

येथे वॉरेन त्याचा स्वर्गीय मार्गदर्शक बेंजामिन ग्रॅहम याला उद्धृत करतोय. ग्रॅहमनं त्याला उत्तम कल्पनेतील संभाव्य धोक्यांकडे लक्ष पुरविण्याबाबत मार्गदर्शन केलं. व्यवस्थापक मंडळी वाईट विचारांवर कदापिही काम करत नाहीत. कारण, ते वाईट आहेत हे त्यांना माहीत असतं, ते तर सुरुवातीलाच टाकून दिले जातात; पण चांगल्या विचारांवर काम केलं जातं आणि ते यशस्वी ठरल्यास त्यांना प्रथेचं स्वरूप येतं. 'सबप्राईम मॉर्टगेज' हा मुळात अतिशय चांगला विचार होता. किरकोळ पत असलेल्या चांगल्या लोकांना घरांची खरेदी करता येत होती आणि मॉर्टगेज ब्रोकर्सना पैसा कमावता येत होता; पण पत नसलेले लोकही त्यास पात्र ठरू लागले. त्यातून अनेकांनी घरे मिळवली आणि मॉर्टगेज ब्रोकर्सनीही भरपूर पैसा कमावला. मग एक दिवस अचानक मंदीची चाहूल लागली. लोकांवर नोकऱ्या गमावण्याची पाळी आली. सबप्राइम मॉर्टगेजचा हप्ता भरण्यासाठी

त्यांच्याजवळ पैसाच शिल्लक राहिला नाही. एका उत्तम विचाराचं रूपांतर अचानकच एका आपत्तीत झालं.

विमा क्षेत्रातील बलाढ्य कंपनी असलेल्या 'एआयजी'च्या बाबतीत नेमकं हेच झालं. बँका आणि इतर आर्थिक संस्थांकडील कमी जोखमीच्या आणि उत्तम रेटिंग असलेल्या कर्जरोख्यांची मोठ्या प्रमाणात जोखीम स्वीकारत 'एआयजी'नं त्यांना विमा पुरवला होता. जगभरातील कंपन्या एकाच वेळी मोठ्या आर्थिक संकटात (दिवाळखोर) सापडण्याची शक्यता नाही आणि त्यामुळे बँका व संस्थांनी भरलेले 'प्रीमिअम' दाव्यांच्या स्वरूपात परत करण्याची वेळ आपल्यावर येणार नाही, अशी 'एआयजी'ची समजूत होती. या माध्यमातून कंपनीनं शेकडो मिलियन्सची कमाई साधली. ती किमान जोखमीची आणि झटपट अशी कमाई होती.

कालांतरानं बँकांनी विविध प्रकारांतील 'सबप्राईम' कर्जांचा विमा उतरविण्याचा प्रस्ताव 'एआयजी'कडे दिला. कंपन्यांच्या कर्जरोख्यांची (बॉंड्स) जोखीम स्वीकारून प्रचंड कमाई होत असल्यानं 'सबप्राईम' कर्जांचा विमा घेणंदेखील फायदेशीर ठरू शकेल, असा विचार 'एआयजी'नं केला; पण हा विचार करताना त्यांनी 'सबप्राईम' कर्जं बुडण्याच्या जोखमीकडे पार दुर्लक्ष केलं. त्यानंतर जागतिक मंदीचा तडाखा बसला आणि त्यात लाखोंच्या संख्येनं 'सबप्राईम' कर्जं बुडीत खात्यात जायला सुरुवात झाली. त्याचप्रमाणे 'एआयजी'नं विमा स्वीकारलेल्या 'सबप्राईम' कर्जरोख्यांच्या किमतीदेखील घसरायला लागल्या आणि त्याचा परिणाम असा झाला की 'सबप्राईम' विमा करारांना आधार म्हणून 'एआयजी'ला अधिकाधिक प्रमाणात आपली मालमत्ता तारण ठेवावी लागली. पुढे जाऊन परिस्थिती अधिकच वाईट झाल्यावर अतिरिक्त तारणासाठी कंपनीकडे मालमत्ताच शिल्लक राहिली नाही. 'एआयजी'नं जगभरातील आर्थिक संस्थांशी केलेले 'सबप्राईम' विम्याचे करार संकटात सापडले व ते पाळताच येणार नाहीत, अशी परिस्थिती निर्माण झाली.

'एआयजी'नं त्यात कसूर केली असती, तर बँका आणि आर्थिक संस्थांच्या कर्जरोख्यांना (बॉंड्स) विम्याची कोणतीही हमी शिल्लक राहिली नसती. त्यातून बँका आणि संस्थांची आर्थिक कोंडी झाली असती. एखादं घर आगीच्या भक्ष्यस्थानी पडल्यावर त्याला विमा संरक्षण नसावं, अशीच

ही परिस्थिती होती. या परिस्थितीत 'एआयजी' अतिरिक्त तारणाची अडचण सोडवू शकणार नसल्याच्या संभावनेमुळे जगभरातील आर्थिक संस्थांवर दिवाळखोरीचं संकट निर्माण झालं असतं आणि त्याची परिणती जागतिक अर्थव्यवस्था कोसळण्यात झाली असती, त्यामुळे ही सारी परिस्थिती पाहिल्यावर अमेरिकी कोषागार विभागाला (U.S. Treasury) ८५ अब्ज डॉलर्सच्या कर्जासह 'एआयजी'च्या मदतीस धावून यावं लागलं.

सरतेशेवटी, दर्जेदार कंपन्यांच्या कर्जरोख्यांना (बाँड्स) विमा सुरक्षा प्रदान करण्याचा एक सर्वोत्तम असा विचार 'एआयजी'नं जेव्हा 'सबप्राईम' कर्जांसाठी वापरली, तेव्हा तो विचार कंपनीसाठीच नव्हे, तर साऱ्या जगासाठी अनर्थकारी ठरला.

त्यामुळे आपण वाईट विचारापेक्षा चांगल्या विचारामुळे अधिक अडचणीत येऊ शकतो, असं वॉरेन नमूद करतो.

२३

कायद्याचे उल्लंघन करणाऱ्या कर्मचाऱ्यांना कसे हाताळायचे?

'मैदानाच्या मधोमध राहून भरपूर पैसा कमावणं सहज शक्य आहे. त्यासाठी किनाऱ्यांवर खेळण्याची काही आवश्यकता नाही.'

– वॉरेन बफे

सॅलोमन ब्रदर्समधील रोखे व्यवहार (bond trading) घोटाळ्यानंतर वॉरेननं त्याच्या कंपन्यांच्या व्यवस्थापकांना वरीलप्रमाणे सल्ला दिला होता. रोखे व्यवहारांमध्ये सॅलोमन ब्रदर्स ही वॉल स्ट्रीटची अतिशय नावाजलेली 'इन्व्हेस्टमेंट बँक' होती. ऐंशीच्या दशकाअखेर वॉरेननं कंपनीच्या 'प्रिफर्ड स्टॉक'मध्ये ७०० मिलियन डॉलर्सची गुंतवणूक केली. १९९१मध्ये सरकारी रोख्यांची खरेदी करताना सॅलोमनच्या दोन कर्मचाऱ्यांकडून (ट्रेडर्सकडून) अमेरिकी कोषागाराच्या बिडिंग नियमांचं उल्लंघन झालं. सरकारी रोख्यांच्या नव्या इश्यूत मोठा वाटा मिळविण्याच्या प्रयत्नात अमेरिकी कोषागार विभागाला खोटी बोली (false bids) सादर करताना ते पकडले गेले. आपल्या कर्मचाऱ्यांचं बेकायदेशीर कृत्य लक्षात आल्यावर सॅलोमनच्या व्यवस्थापनानं 'सिक्युरिटीज अँड एक्स्चेंज कमिशन' किंवा अमेरिकी कोषागार विभागाला याबाबत कळविण्याची तत्परता दाखविली नाही. त्याचा परिणाम

म्हणून कोषागार विभागानं सॅलोमनला व्यवहारांमधून वगळण्याचा विचार केला, त्यामुळे कंपनी आणि त्यातील वॉरेनची गुंतवणूक निश्चितपणे संकटात सापडली असती. सॅलोमन ब्रदर्सच्या संचालक मंडळाच्या विनंतीवरून अध्यक्ष या नात्यानं वॉरेन त्यांच्या मदतीला धावून गेला. त्यानं सॅलोमनमध्ये तातडीचं सफाई अभियान राबवलं. बनावट बोलींमध्ये सहभागी कर्मचाऱ्यांवर देखरेखीची जबाबदारी असलेला सीईओ आणि दोन वरिष्ठ व्यवस्थापक यांची हकालपट्टी करण्यात आली. शिवाय, अमेरिकी कोषागारासोबत अत्यंत प्रामाणिक आणि मोकळेपणाच्या धोरणाला चालना देत, त्यानं या घोटाळ्याचा तपास करणाऱ्या चौकशी अधिकाऱ्यांना कंपनीचे रेकॉर्ड्स मुक्तपणाने तपासण्याची मुभाही दिली. या प्रकरणात सॅलोमनला २९० मिलियन डॉलर्सचा भलामोठा दंड भरावा लागला; पण त्यांना कोषागारात व्यवहार सुरू ठेवण्याची मुभा मिळाली आणि त्यानिमित्तानं व्यवसायात कायम राहण्याची संधीही मिळाली.

या प्रसंगातून सावरल्यावर वॉरेननं आपल्या व्यवस्थापकांना धडा देणारं मार्गदर्शन केलं : पैसा कमावण्यासाठी आक्रमक धोरण आवश्यक असलं, तरी आपल्याला हवा तेवढा पैसा कायद्याच्या चौकटीत राहूनही कमावता येतो. झटपट पैसा कमावण्याच्या नावावर व्यवस्थापकांकडून कायद्याचं उल्लंघन होतं व त्या एका कृतीमुळे संपूर्ण व्यवसायच गमावण्याचा धोका निर्माण होतो. सॅलोमनच्या प्रकरणात अमेरिकी सरकारी रोख्यांच्या बाजारात थोडा अधिक वाटा मिळविण्याच्या प्रयत्नात कर्मचाऱ्यांनी संपूर्ण कंपनीच पणाला लावली होती.

त्यामुळे व्यवस्थापक म्हणून आपलं कर्मचाऱ्यांवर बारीक लक्ष असायला हवं. आपलं करिअर घडविण्याच्या प्रयत्नात कर्मचारी कंपनी पणाला लावणार नाहीत, याची खात्री करून घ्यायला हवी. कर्मचाऱ्याचं बेकायदेशीर कृत्य आढळून आल्यास संबंधित शासकीय अधिकाऱ्यांना त्याची तातडीनं माहिती द्यायला हवी. बेकायदेशीर कृतीची माहिती लगेच अधिकाऱ्यांना न देणं हे गुन्हेगारास मदत करण्यासारखं असून, तोदेखील एक गुन्हाच आहे, त्यामुळे हा अत्यंत कठोर स्वरूपाचा धडा स्वतः अनुभवायला कोणालाही आवडणार नाही.

२४

आपल्या चुका कशा हाताळाव्यात?

'मी भरपूर चुका करतो आणि पुढेही भरपूर चुका करेन. हा खेळाचा भाग आहे. आपल्याला फक्त याच गोष्टीची खात्री करायची आहे की, चांगल्या गोष्टी या वाईट गोष्टींपेक्षा वरचढ असतील.'

– वॉरेन बफे

कोणतीही व्यक्ती परिपूर्ण नसते आणि त्यात वॉरेनचादेखील समावेश आहे. चुका या जीवनाचा भाग आहे. बऱ्याचदा त्या टाळता येत नाहीत. शेवटी जीवनातील यश हे आपल्या चुकांपेक्षा अधिक वरचढ असायला हवं, हे लक्षात ठेवलं पाहिजे; पण हे समीकरण विपरीत असेल तर आपण अडचणीत येतोच.

आपल्या कारकिर्दीत वॉरेननं अनेक चुका केल्या. कॉन्कोफिलिप्स आणि तत्कालीन यूएसएअर या कंपन्यांसाठी त्यानं अवाजवी रक्कम मोजली. ब्लू चिप स्टॅंप या बुडणाऱ्या व्यवसायाची खरेदी त्यानं केली. योग्य वेळी योग्य कंपनी खरेदी न करण्याच्या निर्णयाचादेखील या चुकांमध्ये समावेश होता. कॅपिटल सिटीज ब्रॉडकास्टिंग कंपनीतील गुंतवणुकीसंदर्भात त्यानं सुरुवातीला नाक मुरडलं होतं. व्यवस्थापकांना हाताळताना त्यानं काही गंभीर चुका केल्या होत्या. विमा कंपनीचा कारभार स्वतःच्या

हाती घेण्याचा त्याचा निर्णय अत्यंत चुकीचा ठरला. डॅम्पस्टर मिल्सच्या कारभारासाठी त्यानं सुरुवातीला अयोग्य व्यक्तीची व्यवस्थापक म्हणून निवड केली होती. मात्र, त्यानंतर दुसऱ्या व्यवस्थापकाची नियुक्ती यशाचा मार्ग दाखविणारी ठरली. इतक्या चुका करूनही तो सरतेशेवटी जगातील सर्वांत श्रीमंत मनुष्य ठरला.

वॉरेन ज्या पद्धतीनं आपल्या चुका हाताळतो, त्यातूनच त्याचं वेगळेपण लक्षात येतं. तो चुकांपासून शिकतो, त्यावर फार काथ्याकूट करत बसत नाही. आपल्या चुकांवर काथ्याकूट करणारे लोक आपला बराचसा वेळ आणि ऊर्जा वाया घालवित असतात. प्रत्यक्षात त्याचा वापर पैसा कमावण्याचे नवे मार्ग शोधण्यासाठी आणि जीवनाचा आनंद घेण्यासाठी करता येतो.

चुका या भूतकाळाचा भाग असतात, त्यामुळे त्यांत अडकून न पडता पुढचा विचार करा. कारण, सारा पैसा कधीतरी भविष्यातच कमवायचा आहे, असा वॉरेनचा सल्ला असतो.

२५

खुशामतखोर चांगले असतात की वाईट?

'एक गोष्ट निश्चित आहे : 'सीईओ'कडून एखाद्या संपादनाच्या बाबतीत दाखविला जाणारा उत्साह प्रत्यक्षात कितीही मूर्खपणाचा ठरणार असला तरीही त्याचे कर्मचारी आणि बाहेरचे सल्लागार त्याच्या भूमिकेचं समर्थन करण्यासाठी कोणतेही अंदाज मांडण्यास तयार होतील. एखाद्या सम्राटाला न आवडणारं सत्य सांगण्याचा स्पष्टवक्तेपणा केवळ परीकथांमध्येच आढळून येतो.'

– वॉरेन बफे

आपल्या सहकाऱ्यांनी आपल्यावर प्रेम करावं, असं लीडर्सना वाटतं. सहकाऱ्यांनी आपली मर्जी राखावी, या गरजेपोटी ते आपल्या आजूबाजूला निव्वळ होयबा करणाऱ्या लोकांना गोळा करतात. होयबा करणाऱ्या लोकांचा चरितार्थ आपल्या बॉसच्या खुशामतखोरीवर चालत असतो. वस्तुस्थिती कितीही वेगळी असली तरी आपला बॉस किती चांगली व्यक्ती आहे, त्याचे विचार किती भन्नाट आहेत, हे बॉसला भासविण्याचे खुशामतखोरांचे प्रयत्न असतात. असे लोक सत्य का सांगत नाहीत? कारण,

ते त्यांचं कामच नसतं. बॉसपुढे होयबा करणं, हेच त्यांचं काम असतं. या कामासाठी त्यांना उत्तम असं बक्षीसही दिलं जातं.

प्रत्येकच व्यवसायात अशा खुशामतखोरांचा भरणा असतो. ही मंडळी बॉसची हाजी हाजी करतात आणि सत्याकडे काणाडोळा करतात. जर आपण एखाद्या सल्लागाराची नियुक्ती केली, तर आपल्याला काय हवं आहे, हे जाणून घेऊन त्यावर आधारित त्याने सल्ला द्यायला हवा. असहमती व्यक्त करणाऱ्या सल्लागारावर बऱ्याचदा नोकरी गमावण्याची पाळी येत असते. बरेच जण होयबा नसणारे लोक आपल्या आसपास ठेवत नाहीत.

आपल्या आजूबाजूला होयबा लोकांना जमविण्यात नेमकं चूक काय? असा प्रश्न येथे निर्माण होऊ शकतो; पण एखादी पूर्वकल्पना येऊ शकणारी आपत्ती जोवर आपल्या मानगुटीवर बसत नाही आणि संचालक मंडळ आपल्याला पायउतार होण्यास सांगत नाही, तोवर अशा चुका लक्षात येत नसतात. होयबा लोकांचा सल्ला मनावर घेऊन 'डेरिव्हेटीव्ज्'ची जोखीम पत्करणाऱ्या आणि त्यातून स्वतःचं अस्तित्व गमावणाऱ्या अनेक 'सीईओं'ची उदाहरणं आपल्याला वॉल स्ट्रीटवर बघायला मिळतील. जोखीम हाताळणं अशक्य असल्याचं जेव्हा लक्षात येतं, तेव्हा त्यांना आणि त्यांच्या कंपन्यांना फार उशीर झालेला असतो.

आपल्या आजूबाजूला कमीत कमी लोक राहतील, याची काळजी वॉरेन घेत असतो. प्रत्यक्षात, त्याची सामूहिक निर्णयाची कल्पनाच स्वतःला आरशात पाहण्याची आहे. तो बर्कशायरचा उपाध्यक्ष चार्ली मंगर याचाही सल्ला घेत असतो. सल्ला देताना चार्लीचं उत्तर एकदा 'हो' असेल, तर दहा वेळा त्याचं उत्तर 'नाही'देखील असतं. वॉरेन त्याला आपला 'नो मॅन' मानतो. चार्लीच्या अशा नकारांमुळे वॉरेन अनेकदा आपत्तींपासून थोडक्यात बचावला आहे.

२६

गमावलेल्या संधींतून शिका

'गमावलेल्या संधींच्या चुका आर्थिक विवरणपत्रात दिसत नाहीत, त्यामुळे अधिकाधिक लोक त्या चुकांकडे लक्ष देत नाहीत. आम्ही गमावलेल्या संधींकडेही लक्ष देतो.'

– वॉरेन बफे

सर्वोत्तम व्यवस्थापकांवरदेखील एखादी संधी गमावण्याची पाळी येत असते. बऱ्याचदा ते आपल्याला लक्षातही येत नाही. गुंतवणुकीच्या विश्वात आणि बर्कशायरचा व्याप सांभाळताना आपण वाजवीपेक्षा अधिक संधी गमावल्या आहेत, अशी कबुली वॉरेन देतो. वॉल-मार्ट आणि वॉलग्रीनबाबतच्या प्रस्तावाचा फार पूर्वीच विचार न केल्याचा पश्चात्ताप त्याला आहे. एखादी संधी गमावल्यावर वॉरेन त्यावर काही काळ चिंतन करतो. आपल्याला नेमकं कसं लक्षात आलं नाही आणि लक्षात येऊनही आपल्याला त्यावर निर्णय का घेता आला नाही, याचा विचार तो करतो. भविष्यात त्याच त्या चुकांची पुनरावृत्ती टाळता येईल, या आशेनं तो परिस्थितीचं पुनर्मूल्यमापन करतो.

वॉरेनच्या दृष्टीनं गमावलेल्या संधींचे दोन मूळ प्रकार आहेत : (१) आपल्या माहितीच्या कक्षेत नसल्यानं निसटलेली संधी आणि

(२) लक्षात येऊनही त्यावर कृती न करता आलेली संधी. अशा संधी आपल्याला स्पष्टपणे दिसत असल्यानं त्या खूपच निराश करतात.

एखादी संधी आपल्या माहितीच्या कक्षेत नसेल, तर आपल्या शोधाचे क्षेत्र विस्तारणे हा त्यावर उपाय ठरतो. या क्षेत्रात किती प्रमाणात संधी उपलब्ध आहेत, हे आपल्याला दाखवून देण्यासाठी व्यवसाय दलाल आणि इन्व्हेस्टमेंट बँकर्सचं अख्खं जग उत्सुक आहे.

लक्षात येऊनही त्यावर कृती करता न आलेली संधी गमावण्यास त्यातील जोखमीचा अंदाज घेण्यात होणारी चूक कारणीभूत ठरते. खरं तर अशा संधी उपलब्ध होताच त्यावर काम करणं आपल्याला आवडेल; पण त्यात फारच जोखीम असल्याचा समज होऊन आपण त्या गमावत असतो.

जोखमीचा अंदाज घेता न आल्यानं होणाऱ्या चुका समजायला सर्वांत सोप्या असतात : आपल्याकडे उपलब्ध असलेली सर्व माहिती पडताळून आपण त्याआधारे निर्णय घेत असतो. आपल्याला पुरेसं ज्ञान नसेल, तर आपण सक्षमपणे निर्णय घेऊ शकत नाही, त्यामुळे कितीही मोठा निर्णय असला तरी वॉरेन त्याच्या व्यवस्थापकांना निर्णय घेण्याची मुभा देतो. व्यवस्थापकांना त्यांचं काम नीट माहिती असतं, यावर वॉरेनला विश्वास आहे.

तथापि, एखाद्या संधीकडे दुर्लक्ष होऊन ती गमावण्याची चूक आपल्या व्यवस्थापनाची क्षमता आणि संस्थात्मक कौशल्यांबाबत बरंच काही सांगून जात असते. एक उत्तम व्यवस्थापक हा नेहमीच संधीच्या शोधात असतो व त्यात मदत होण्यासाठी त्यानं पुरेशी व्यवस्थादेखील केलेली असते.

सर्वोत्तम व्यवस्थापक वॉरेनप्रमाणंच वागतात. ते गमावलेल्या संधींचा काळजीपूर्वक विचार करतात व त्यामागील कारणांचा शोध घेतात. त्यानंतर मात्र ते पुढची संधी आपल्या हातून निसटू देत नाहीत.

२७

पारखलेल्या आणि खऱ्या गोष्टींवर भिस्त ठेवा

'तुम्ही प्रत्येकच गोष्टीचा विचार करण्याची गरज नाही. आयझॅक न्यूटनने सांगितलं होतं, 'मी जगाला थोडं जास्त बघितलं आहे. कारण, मी दिग्गजांच्या खांद्यांवर उभा होतो.' दुसऱ्यांच्या खांद्यांवर उभं राहण्यात काहीही गैर नाही.'

– वॉरेन बफे

तरुण व्यवस्थापक मंडळींकडून होणाऱ्या घोडचुकांपैकी एक म्हणजे प्रगतीचं शिखर झटपट गाठण्यासाठी आपल्याकडे एखादा मौल्यवान विचार हवा किंवा सर्जनात्मक जीनियसचं एखादं लक्षण असावं असं त्यांना वाटतं. हे जोरदार विचार नेहमीच मूर्खपणाकडे घेऊन जातात.

व्यवसायात आणि जीवनात पारखलेले आणि सत्य असलेले विचारच सर्वश्रेष्ठ विचार असतात. कारण, ते अपयशी ठरण्याची शक्यता जवळपास नसतेच, असं वॉरेनला आढळून आलं. असे पारखलेले, सिद्ध झालेले विचार नेमके कुठून येतात? असे विचार ते यशस्वीपणे राबविणाऱ्या लोकांकडून आणि व्यावसायिकांकडून येत असतात.

यशस्वी व्यवसायांचा अभ्यास केल्यावर आपल्याला कोणतीही गोष्ट योग्य प्रकारे कशी करावी यासंबंधी डझनावरी चांगले विचार मिळतात. त्याचप्रमाणे अयशस्वी व्यवसायांचा अभ्यास केल्यावर एखादी चुकीची गोष्ट करणं किती सोपं असतं, हे आपल्याला शिकता येतं.

महान जॅझ संगीतकार माईल्स डेव्हीस यानं एकदा नमूद केलं होतं की, 'नवशिके संगीतकार उधार घेतात, महान संगीतकार चोरी करतात.' महान व्यवस्थापकांच्या बाबतीतही हेच सांगता येईल. आपल्याला एखादी जबरदस्त कल्पना दिसली, तर आपण ती चोरून ताबडतोब वापरायला हवी. अशा उत्तमोत्तम कल्पना, विचार आपल्याला कुठे मिळतील? अर्थातच आपल्या प्रतिस्पर्धींनी काय चांगलं केलं, काय चुकीचं केलं, याचा नीट अभ्यास करून आपल्याला हे विचार मिळतील.

१९३०मध्ये नेब्रास्का फर्निचर मार्टची स्थापना करणाऱ्या रोझ ब्लमकिन यांनी रशियातून मालाच्या उलाढालीतील वाढीच्या आधारे सवलतीच्या किमतींची एक साधी व्यापारी संकल्पना सोबत आणली होती. ती त्यांनी आपल्या स्टोअरमध्ये अमलात आणली. स्थानिक प्रस्थापित व्यापाऱ्यांनी सवलतीच्या किमती नाकारल्या आणि श्रीमती ब्लमकिन यांनी त्या व्यापाऱ्यांचा बराचसा व्यवसाय आपल्याकडे खेचून आणला. परिणामी, व्यापाऱ्यांनी त्यांच्यावर अयोग्य व्यापार पद्धतीचा आरोप लावून खटला दाखल केला. त्यांचा बचाव अत्यंत साधा होता. तो म्हणजे इतर व्यापारीवर्ग खूप जास्त किमती आकारतोय, हे त्यांनी लक्षात आणून दिलं. न्यायालयानं रोझ यांच्या बाजूनं निकाल दिला आणि दुसऱ्या दिवशी न्यायाधीशांनी त्यांच्या पत्नीसह रोझ यांचं स्टोअर गाठून आपल्या घरासाठी गालिचा खरेदी केला. सवलतीच्या किमतींचा शोध काही रोझ यांनी लावला नव्हता. रशियातील व्यापाऱ्यांकडून राबविली जाणारी ही संकल्पना त्यांनी तेथून स्वतःसोबत आणली व अमेरिकेतील आपल्या नव्या घरात पैसा कमावण्यासाठी वापरली.

वॉरेनचं गृहनगर असलेल्या ओमाहात जॅक रिंगवॉल्ट यांची नॅशनल इंडेमिटी या नावानं छोटीशी विमा कंपनी होती. किमतीवर अत्यंत बारीक लक्ष ठेवूनच तो कंपनीचा कारभार सांभाळायचा. विम्याची हमी घेण्याच्या बाबतीत तो करडी शिस्त बाळगून होता. पैसा कमवण्याची संधी असेल

तरच तो विमा स्वीकारायचा. विम्याचे दर घसरल्यास तो पॉलिसी देणंच बंद करायचा. अशा वेळी कंपनीच्या कर्मचारीवर्गाकडे काम नसलं तरी ते त्याला परवडत होतं. कारण, कमाईच्या दिवसांत त्यानं अतिरिक्त भांडवल उभारलं होतं. विम्यात 'बॅड रिस्क' असा कुठलाही प्रकार नसतो, वाईट असतात ते केवळ विम्याचे दर असं त्यानं एकदा वॉरेनला सांगितलं होतं. अशा पद्धतीनंच आपला व्यवसाय चालवून जॅक श्रीमंत झाला होता. वॉरेननं पुढे नॅशनल इंडेमिटी कंपनी विकत घेतल्यावर जॅकचं विमा स्वीकारण्यातील शिस्तीचं तत्त्व (Disciplined underwriting) कायम ठेवलं. याशिवाय त्यानं ते आपल्या प्रत्येक विमा कंपनीसाठी लागूही केलं. विमा स्वीकारण्यात बाळगल्या जाणाऱ्या या शिस्तीमुळे बर्कशायरला मोठी प्रगती साधता आली. ओमाहातील एकेकाळच्या या छोट्या विमा कंपनीचा जगातील आघाडीच्या विमा कंपन्यांमध्ये समावेश होतो.

माऊंट एव्हरेस्टची उंची कळण्यासाठी आपल्याला त्याचं शिखर गाठण्याची गरज नसते. सर्वोत्तम व्यवस्थापक किंवा उत्तम व्यवसायाची पारख करण्यासाठी आपण फार प्रतिभावान असण्याची गरज नाही; पण एकदा का आपण ती केली की त्याकडे पूर्ण लक्ष देऊन अनुभवी लोकांकडून शिकण्याची गरज असते. वॉरेनच्या दृष्टीनं हे धोरण उपयुक्त ठरलं, तसंच ते आपल्यासाठीही उपयुक्त ठरेल.

२८

जीवनात प्रगतीच्या पायऱ्या चढत राहा

'आपल्यापेक्षा चांगल्या लोकांच्या संगतीत राहणं कधीही चांगलं. आपल्यापेक्षा चांगली वर्तणूक असलेल्या सहकाऱ्यांची निवड करा आणि आपलीही वाटचाल त्या दिशेनं होईल.'

– वॉरेन बफे

वॉरेनच्या मते, आपल्या वैयक्तिक जीवनाच्या व्यवस्थापनात आपली संगत जशी असते, तसेच आपणही असतो. आपली ऊठबस अप्रतिष्ठित लोकांसोबत असेल, तर आपणही तसेच घडतो. हुशार, शिक्षित व्यक्तीबरोबर आपली ऊठबस राहिल्यास आपली जडणघडणही त्याच पद्धतीची होत असते.

किशोरवयात वॉरेननं बराचसा काळ रेसट्रॅकवर घालवला असल्यानं शक्यता जोखायला तो शिकला होता. तो जुगाराच्या क्षेत्रात तर गेला नाही; पण आपलं शक्यता जोखण्याचं ज्ञान त्यानं शाळा आणि कॉलेजमध्ये वापरलं. त्याने त्याच्या वयापेक्षा मोठे आणि समजूतदार असे मार्गदर्शक शोधले. त्यांनी त्याला मार्गदर्शन करण्यात रस घेऊन त्याला आर्थिक आणि गुंतवणुकीच्या जगासाठी तयार केलं. त्यांच्या मदतीने वॉरेनेनंही मोठी प्रगती साधली.

गुंतवणुकीच्या क्षेत्रात भागिदारीतील व्यवसायाचं संचालन करताना वॉरेननं सुरुवातीच्या काळात ओमाहातील उच्चभ्रू व्यावसायिकांशी मैत्री केली. त्यात निक न्यूमन आणि जॅक रिंगवॉल्ट यांचाही समावेश होता. न्यूमननं द्वितीय विश्व युद्धाच्या काळात गोदामांचं तंत्र विकसित करून त्या तंत्राचा वापर आधुनिक सुपरमार्केट चेन उभारण्यासाठी केला होता. नॅशनल इंडेमिटी कंपनीचा संस्थापक असलेल्या जॅक रिंगवॉल्टनंही विमा व्यवसायात हमी घेण्यातील शिस्तीच्या संकल्पनेशी त्याचा परिचय करून दिला होता. आयुष्याच्या नंतरच्या टप्प्यात त्यानं वॉशिंग्टन पोस्टचा मालक कॅथरिन ग्राहम आणि मायक्रोसॉफ्टचे संस्थापक बिल गेट्स यांच्यासोबत बराच काळ घालवला. या मैत्रीच्या दीर्घावधीत वॉरेनला खूपच लाभ झाला आणि त्यांच्या रूपानं सर्जनात्मक, यशस्वी व्यावसायिक रोल मॉडेल त्याला लाभले.

येथे वॉरेनकडून मिळणारा धडा असा आहे : आपली संगत जशी, तसेच आपण घडतो, त्यामुळे साथीदार जोडताना उच्च ध्येय ठेवल्यास आपण प्रगतीचं शिखर गाठू शकता; पण आपलं ध्येय उच्च नसेल, तर आपली किती अधोगती होईल, हेदेखील सांगता येणार नाही.

२९

महागाईसाठी 'स्वतःला' सज्ज करा

'महागाईच्या काळात सर्वश्रेष्ठ संपत्ती ही आपली कमाईची ताकदच आहे. आपलं कौशल्य वाढवून स्वतःला अधिक सक्षम करण्याचे प्रयत्न वास्तविक क्रयशक्ती वाढण्याच्या दृष्टीनं उपयुक्त ठरतील. आपण एखादी चांगली कामगिरी केली असेल – आपण एखादे मोठे खेळाडू असाल किंवा उत्तम साहाय्यक – आपणच आपली सर्वश्रेष्ठ संपत्ती आहात.'

– वॉरेन बफे

आपण स्वतःचा विचार एखादा व्यवसाय किंवा कंपनी म्हणूनच करायला हवा, असं वॉरेन सांगतो. एखाद्या व्यवसायाप्रमाणे आपण दिसत किंवा वागत नसलो तरी आपण कमाईची अमर्याद क्षमता असलेला एक व्यवसायच आहोत आणि आपली सर्वांत मोठी आर्थिक ताकद आपण स्वतःच आहोत, असंही तो सांगतो.

तरुणवयात आणि फारसा अनुभव नसताना व्यवसायातून फारशी कमाई होत नाही. शिक्षण आणि अनुभवातील वाढीतून आपली कमाईची क्षमता वाढते. व्यवसायाची प्रगती आणि तो चालविण्यासाठी शिक्षण व अनुभव या दोन गोष्टी महत्त्वाच्या ठरतात.

एखादा अकाउंटंट असो किंवा रॉकस्टॉर, प्रत्येकाला अगदी मुळापासूनच सुरुवात करावी लागते आणि त्यातील प्रगतीचा मार्ग शोधावा लागतो. यात आपल्या वडिलांकडून काही मदत झालेली असू शकते; पण प्रगतीचं शिखर गाठून त्यावर कायम राहण्यासाठी निवडलेल्या व्यवसायात अथवा कलेत श्रेष्ठत्व मिळविण्याची ऊर्जा आणि निर्धार आपल्यामध्ये असायला हवा.

आपण आपल्या व्यवसायाची उत्तम काळजी घ्यायला हवी, असा वॉरेनचा सल्ला असतो. याचाच अर्थ आपण आपल्या आरोग्याची उत्तम काळजी घ्यायला हवी आणि चांगलं शिक्षणही घ्यायला हवं, असं त्याला वाटतं. आपण आपल्या कमाईची क्षमता वाढविण्याचे मार्ग शोधायला हवेत आणि आपत्तीपासून कमाईचं संरक्षणदेखील करायला हवं. महागाईवर मात करायची झाल्यास आपल्या कमाईच्या क्षमतेवर कोणतीही गोष्ट मात करू शकत नाही.

आपला व्यवसाय जेवढा विशेष अथवा खास प्रकारचा असेल, तितकीच आपल्याला किमती वाढविण्याचीही मुभा राहील. वैशिष्ट्यपूर्ण व्यवसायांमध्ये कार्यरत असणारे लोक महागाईपासून स्वतःच्या बचावात नेहमीच वरचढ ठरतात. त्यांच्यापुढे स्पर्धाच राहत नसल्यानं त्यांना त्यांच्या सेवांसाठी अधिक शुल्क आकारणं शक्य होतं.

येथे नियम अगदी साधा आहे : आपल्यापैकी प्रत्येक जण एक कंपनी आहे. ज्याच्यामध्ये कमविण्याची क्षमता अफाट आहे. आपण स्वतःची काळजी घेतली आणि शिक्षण व अनुभव मिळवला, तर आपल्या आर्थिक क्षमता अमर्याद आहेत. त्यातून महागाईचा सामना तर करता येईलच शिवाय आपण श्रीमंतदेखील होऊ.

३०

वैयक्तिक कर्जांचे व्यवस्थापन करा

'आपण १८ किंवा २० टक्के दराने कर्ज घेऊ शकत नाही आणि त्यातून यशस्वीही होऊ शकत नाही. मी तर नाहीच कारण मी आर्थिकदृष्ट्या संपुष्टातच येईल, त्यामुळे कर्जापासून जितकं दूर राहता येईल, तितकं दूर राहा. रास्त 'डाऊन पेमेंट'वर कर्ज मिळत असल्यास आपल्या आवडीचं घर खरेदी करा; पण आर्थिक भार हाताळण्यास सक्षम नसाल तर हे करू नका. सक्षमपणे हाताळता येतील, अशाच जबाबदाऱ्यांचा स्वीकार करा, इतर सोडून द्या.'

– वॉरेन बफे

रिटेल व्यापाराचं जग केवळ एखाद्या उत्पादनाच्या विक्रीपुरतं मर्यादित राहिलेलं नसून, उत्पादनाच्या खरेदीसाठी आपल्याला आता पैसाही पुरविला जातो. आधुनिक काळातील व्यापारीवर्ग ग्राहकांना खरेदीला प्रोत्साहन देण्यासाठी त्यांना पतपुरवठा करून आपली कमाई साधत आहे. यापूर्वी व्यापारी वर्ग वस्तूवर होणाऱ्या खर्चावर अतिरिक्त रक्कम जोडून तयार होणाऱ्या विक्री मूल्यावर आपली कमाई साधत होता; पण सवलतीच्या माध्यमातून विक्रीचं प्रमाण वाढविण्याच्या आणि जबरदस्त स्पर्धेच्या काळात

त्या 'मार्जीन' हळूहळू कमी झाल्या आहेत. आता अशी कल्पना करा की, वस्तूंची विक्री करताना ग्राहकाला त्या वस्तूंच्या खरेदीसाठी पतपुरवठा करून आपल्याला पैसा कमावता येणार असेल, तर ग्राहकाला कर्जाऊ पैसे देण्यातून आणि ते ग्राहकानं खर्च करण्यातून आपल्याला पैसे कमावण्याची दुहेरी संधी उपलब्ध होत असते. आपल्याला १८ ते २० टक्के दराने पतपुरवठा करता येईल, असं जेव्हा व्यवसायांना आढळून आलं, तेव्हा वस्तूंच्या विक्रीपेक्षाही अधिक पैसा पतपुरवठ्याच्या माध्यमातून कमावता येईल, असंही त्यांच्या लक्षात आलं.

क्रेडिट कार्ड कंपन्यांनी काही वर्षांपूर्वी हे हेरलं होतं. त्या छोट्यात छोट्या वस्तूंसाठी पतपुरवठा करत असतात आणि जर आपण आपलं संपूर्ण बिल भरलेलं नसेल किंवा ते वेळेत भरलेलं नसेल, तर त्या अव्वाच्या सव्वा व्याजदर आकारतात, त्यामुळे हा अतिशय उत्तम असा व्यवसाय आहे आणि व्यापारीवर्गानं तो व्यवसाय म्हणून स्वीकारला आहे. आधुनिक फर्निचर, उपकरणे आणि कॉम्प्युटर स्टोअर्स आता एका अर्थानं 'बँकांची' भूमिका बजावत आहेत. नवा टीव्ही किंवा रेफ्रिजरेटर खरेदी करताना त्यांचा भर रोख रकमेपेक्षा आपल्याला पतपुरवठा करण्यावर राहतो. जोवर आपली कर्ज घेण्याची तयारी राहते, तोवर पैसा कमावण्याची ही योजना सोयीची ठरावी, यासाठी आजकालचे व्यापारी आपल्याला कुठल्याही डाऊन पेमेंटशिवाय उत्पादन पुरवण्याची आणि साठ दिवसांपर्यंत कुठलीही रक्कम न आकारण्याची सवलत देत असतात.

कर्जाचं बंधन आपण सहजपणे हाताळू शकत नसाल, तर ते टाळून जोखीम न पत्करण्याचा सल्ला वॉरेन देतो. वॉरेननं त्याच्या पहिल्या घरासाठी ३४ हजार डॉलर्स मोजले होते आणि तो आजही तिथेच राहतो. लक्षाधीश होऊनही बरीच वर्षं त्यानं जुन्या कारचा वापर कायम ठेवला होता. हात राखूनच खर्च करत आणि अवाजवी खर्च टाळत वॉरेननं गुंतवणुकीसाठी अतिरिक्त रक्कम गोळा केली होती. त्यानं उत्तम पद्धतीनं गुंतवणूक केली आणि तो गर्भश्रीमंत बनला. तो हे करत असताना इतर लोक मात्र भव्यदिव्य प्रशस्त घर, मोठी कार अशा चैनीच्या गोष्टी साध्य करता याव्यात, यासाठी स्वतःच्या कर्जात भर घालत होते. याचा कासव आणि सशाच्या दृष्टिकोनातून विचार करा. अधिकाधिक वेगवान आयुष्य जगण्याच्या

प्रयत्नात ससा कर्जाचं ओझं वाढवित गेला, तर धिम्या गतीच्या कासवानं कमाईपेक्षा अधिक खर्च न करण्याची काळजी घेत बचतीची गुंतवणूक आपल्या भविष्यासाठी केली. मंदीची परिस्थिती निर्माण झाल्यावर वेगवान ससा कोलमडून पडला आणि कर्जाच्या आगीत होरपळला, तर कर्जमुक्त कासवाची वाटचाल कायम राहिली.

हे लक्षात ठेवा : अत्यल्प कर्ज आणि अधिकाधिक बचतीचा पुरस्कार करणारा मार्ग समृद्धीकडे नेणारा आणि आपल्याला निश्चिंत करणारा असा मार्ग आहे. अधिकाधिक कर्ज आणि कमी प्रमाणातील बचतीमुळे आपली वाटचाल चंगळवादाकडे आणि दारिद्र्याच्या दिशेने होते.

सरतेशेवटी...

वॉरेन बफेची व्यवस्थापन रहस्ये उलगडण्याच्या या प्रवासात साथ दिल्याबद्दल आम्ही आपले आभारी आहोत. वॉरेन बफेच्या गुंतवणूकविषयक पद्धतींमध्ये स्वारस्य असणाऱ्या वाचकांसाठी आम्ही आमच्या या पाच इतर पुस्तकांची शिफारस करत आहोत - *बफेटोलॉजी, द बफेटोलॉजी वर्कबुक, द न्यू बफेटोलॉजी, द ताओ ऑफ वॉरेन बफे* आणि *वॉरेन बफे अँड द इंटरप्रिटेशन ऑफ फायनान्शियल स्टेटमेंट्स.*

आपल्याला काही विशिष्ट प्रश्न विचारायचे असल्यास खालील ई-मेलवर आमच्याशी थेट संपर्क साधावा :

Marybuffettology@gmail.com
Davidbuffettology@gmail.com

आपणास प्रतिसाद द्यायला आम्हाला थोडा वेळ लागू शकतो; पण आपले विचार आणि कल्पना आमच्यासाठी फार महत्त्वाच्या आहेत, याबाबत खात्री बाळगावी. आपल्या ई-मेलची आम्ही अत्यंत उत्सुकतेने वाट पाहत आहोत.

शुभेच्छांसह
मेरी बफे आणि डेव्हिड क्लार्क

आभार

मेरीला धन्यवाद द्यायचे आहेत...

आपल्या मुली एरिका आणि निकोल बफे यांना प्रेमाने आणि आदरपूर्वक. आपली बहीण आणि विश्वस्त डोरोथी मेनली हिला. आत्मीयतेने ओतप्रोत असलेल्या मॉरिन थॉमसन याला त्याच्या रचनात्मक प्रभावासाठी. श्रेणीची प्रभावशाली महिला फिलीस बॅट आणि तिचे दयाळू व विद्वान पती पीटर यांना. आमचं जग सुरू ठेवणारा आणि कुणाचाही छान मित्र होऊ शकतो अशा जॉस्लिन स्किमर याला. नानाविध साहसांचे राजकुमार आणि राजकुमारी रिचर्ड बँग्स आणि लॉरा हबर यांना. ग्रेटचेन रॉलीन्स माझी प्रेरक शक्ती आणि विश्वासपात्र. विश्वास आहे की, आपली पटकथा आपल्या पुस्तकांप्रमाणेच यशस्वी ठरेल. अर्थातच माझे प्राध्यापक सरकिटी ओ'कीफ यांना. सदैव माझं प्रेरणास्थान असणारा माझा मुलगा सॅम बफे-हेगुड याला मी हे पुस्तक समर्पित केलं आहे.

डेव्हिडला धन्यवाद द्यायचे आहेत...

अत्यंत आपुलकी जपणारे आणि कधीही न संपणारा संयम जोपासणारे केट आणि डेक्स्टर क्लार्क यांना. अतूट अशा मैत्रीची भावना जोपासणारे सॅम क्लार्क, अलेक्झांडर पेन, बॉब ईसेनबर्ग, टॉड साइमन, स्टिव्ह जॉय, टेरी रोसेनबर्ग, लॅरी बोल्डिंग, जॉन जेनेनिस आणि गॅरी रोन्स यांना. या औत्सुक्याच्या काळात आर्थिक अंतर्दृष्टी आणि मैत्री जोपासणारे जेरेमी उरोन आणि टिम विक या दोघांनाही डेव्हिडला धन्यवाद द्यायचे आहेत.

स्क्रिबनरमधील आमच्या सहकाऱ्यांना आणि संपादक रोझ लिपेल यांना मेरी आणि डेव्हिडकडून विशेष धन्यवाद!

मेरी बफे या प्रसिद्ध गुंतवणूकदार वॉरेन बफे यांच्या गुंतवणूक तंत्रावर भाष्य करणाऱ्या आंतरराष्ट्रीय ख्यातीच्या लेखिका आणि वक्त्या आहेत. त्या मल्टिमिलियन डॉलर्सच्या एका 'फिल्म एडिटिंग' कंपनीच्या मुख्य कार्यकारी अधिकारीदेखील आहेत. त्या सध्या कॅलिफोर्नियातील सॅन्टा मोनिका येथे राहतात.

डेव्हिड क्लार्क हे एक अनुभवी 'पोर्टफोलिओ' व्यवस्थापक आणि बफे कुटुंबाचे स्नेही आहेत. वॉरेन बफे यांच्या गुंतवणूक तंत्राचे प्रख्यात जाणकार म्हणून ते ओळखले जातात. ते बफे यांचे नेब्रास्कातील गृहनगर ओमाहा येथे राहतात.

अनुवादक मनोगत

'वॉरेन बफे' नावाचं गारूड आजही जगावर कायम आहे. गुंतवणूक आणि व्यवस्थापनील 'गुरू' बफे यांची या क्षेत्रातील वाटचाल अत्यंत विस्मयकारी आणि प्रचंड कुतूहल निर्माण करणारी आहे. वॉरेन बफे यांच्याविषयी येणाऱ्या बातम्या प्रसार माध्यमांमध्ये आजही हमखास महत्त्वाचं स्थान मिळवून असतात. अगदी सर्वसामान्य माणसालाही त्यांच्या यशाबद्दल प्रचंड कुतूहल आहे, त्यामुळे वॉरेन बफे यांची मॅनेजमेंट्स सीक्रेट्स अत्यंत सोप्या पद्धतीनं उलगडून दाखविणारं मेरी बफे आणि डेव्हिड क्लार्क यांचं हे इंग्रजीतील 'बेस्टसेलर' पुस्तक मंजुल पब्लिशिंगच्या मराठी विभागाचे संपादक चेतन कोळी यांनी अनुवादासाठी माझ्या हाती सोपवलं, तेव्हा माझ्या दृष्टीनं हे मोठंच जबाबदारीचं काम होतं. त्याबद्दल मी त्यांचे आभार मानतो.

वयाच्या नव्वदीत असलेल्या बफे यांची एकूण संपत्ती १०० अब्ज डॉलर्सच्या (सन २०२३) आसपास आहे. त्यांच्या समाजोपयोगी उपक्रमांचे किस्सेही सातत्यानं प्रसारमाध्यमांमध्ये येत असतात. आपल्या सामाजिक कार्यासाठी अधिकाधिक निधी गोळा व्हावा, या हेतूनं बफे यांच्या उपस्थितीत दरवर्षी 'पॉवर लंच' अर्थात बफे यांच्यासह भोजनउपक्रमाचं आयोजन केलं जातं. सन २०२२मध्ये बफे यांनी हजेरी लावलेल्या शेवटच्या 'पॉवर लंच'च्या बोलीत एका अज्ञात उद्योगपतीनं थोडीथोडकी नव्हे, तर तब्बल १४८ कोटी रुपयांची विक्रमी बोली लावली होती. या प्रसंगातून बफे यांच्या जबरदस्त व्यक्तिमत्त्वाचा अंदाज यावा.

बफे यांच्या जीवनावर लेखक आणि विख्यात व्यक्तिमत्त्व विकास मार्गदर्शक डेल कार्नेगी यांचा विशेष प्रभाव राहिलेला आहे, त्यामुळे 'बर्कशायर हॅथवे'चं साम्राज्य उभं करणाऱ्या बफे यांच्या व्यवस्थापन पद्धतींच्या सखोल विश्लेषणासह व्यक्तिमत्त्व विकासाचे धडेही या पुस्तकात

पदोपदी मिळतात, त्यामुळे केवळ व्यवस्थापन क्षेत्रातीलच नव्हे तर सर्वसामान्यांच्या दृष्टीनंदेखील हे पुस्तक अत्यंत वाचनीय आणि उपयुक्त ठरतं, यात अजिबात शंका नाही.

या पुस्तकाच्या अनुवादात माझे मित्र व ज्येष्ठ पत्रकार जयदीप तांबे यांचे मला मोलाचे सहकार्य मिळाले. मी त्यांचा विशेष ऋणी आहे.